HIU HẮT QUÊ HƯƠNG
BẾN CỎ HỒNG

THÍCH PHƯỚC AN

HIU HẮT
QUÊ HƯƠNG
BẾN CỎ HỒNG

LOTUS MEDIA và BODHI MEDIA
2020

HIU HẮT QUÊ HƯƠNG BẾN CỎ HỒNG
Tác giả: Thích Phước An
Lời giới thiệu: Nguyên Không Nguyễn Tuấn Khanh
Lời bạt: Nguyên Giác Phan Tấn Hải
Bìa và trình bày: Uyên Nguyên
Lotus Media và Bodhi Media
xuất bản lần thứ nhất tại Hoa Kỳ, 2020
ISBN: 978-1-79489-959-9

MỤC LỤC

LỜI GIỚI THIỆU

Có một câu chuyện kể về vị thiền sư vô danh ở Nhật ở thế kỷ thứ 16, văn bản xưa trong đền cổ ghi lại rằng dân chúng thời đó trong vùng Tokai, miền Trung Nhật Bản, ít người nào có thể hiểu được ngài. Mặc dù được kính trọng nhưng ông cũng bị nhiều người coi là một kẻ tu hành khùng điên.

Trong một lần đi ra sông lấy nước, người dân nhìn thấy ông đột nhiên dừng lại, cúi xuống và hốt từ thinh không lên cái gì đó, nhìn ngắm một cách tần ngần, rồi phất tay bỏ đi.

Vì tò mò, nhiều người cũng đã chạy đến và quan sát xem thiền sư đã tìm thấy điều gì nơi đó. Nhưng rồi mọi thứ chỉ là sỏi đá trơ trọi. Có người có đuổi theo thiền sư và hỏi rằng "ngài vừa nhặt gì đấy?". Con người bị coi là điên khùng đó im lặng một lát rồi trả lời "thời gian". Dân chúng ngơ ngác nhìn quanh, rồi lại hỏi "thời gian ở đâu, của ai?". Vị thiền sư đáp nhanh rồi quay lưng bỏ đi "thời gian của ta và các ngươi, nhưng chỉ là những loại thời gian đáng vứt đi".

Khi gấp lại những trang cuối của Quê hương hiu hắt bến cỏ hồng của tác giả Thích Phước An, bất giác tôi nghĩ đến hình ảnh ông như một con người cô đơn và lặng lẽ giữa thế gian này, dành trọn cả một đời để luôn nhìn ngắm lại bức tranh thời gian, nhặt nhạnh lại những điều đẹp nhất, tô điểm và nhẹ nhàng khắc cẩn gửi vào bảo tàng của ký ức cho người Việt về sau.

Đã từng có người hỏi rằng vì sao một tu sĩ lại nói về thơ văn nhiều đến vậy. Nhưng với tác giả Thích Phước An, ông ôm cái đẹp vào lòng và cầu nguyện cho nó.

Lặng lẽ như vị thiền sư bị coi là điên khùng ở nước Nhật xa xôi, cũng có một vị tu sĩ ở Việt Nam rảo bước qua cõi nhân sinh, luôn cúi nhặt trên đường đi của mình những mảnh vụn của thời gian. Chắp nối nhẫn nại và đầy yêu thương để dựng thành một tấm gương xưa, đủ để mọi người soi lại chính mình, soi lại cõi sống của mình, soi để biết rõ những loanh quanh kiếm tìm hữu hạn của chúng ta và cái đẹp vô hạn của trần thế.

Quyển bút ký Quê hương hiu hắt bến cỏ hồng nhắc nhiều đến Quách Tấn, Tuệ Sỹ, Võ Hồng, Nguyễn Đức Sơn, Hoài Khanh... Những tri kỷ của núi sông đã vận dụng mọi từ ngữ cao quý nhất của mình, để mô tả vẻ đẹp của quê hương Việt Nam, đời Việt Nam. Từ trang đầu đến cuối, quyển sách mở ra những con đường làng thơ mộng, những khó khăn hữu duyên đến rồi đi qua và trở thành thi vị, những kí ức đẹp nhất về mẹ, về thời gian sống giản đơn... mà đôi khi ngoái nhìn lại, có thể rơi nước mắt vì thương nhớ khôn cùng.

Nhưng không chỉ vậy, trong tấm gương xưa mà tác giả Thích

Phước An dựng lại, có đủ các chân dung của rất thường dễ bị quên lãng bởi thời gian, và cả thời thế. Các trích dẫn được ông đưa ra, chứa ngồn ngộn những biến động của lịch sử, thúc giục tầm nguyên. Chẳng hạn như đọc lại hai câu thơ của Tuệ Sỹ mà ngẩn ngơ:

Rồi trước mắt ngục tù thân bé bỏng
Ngón tay nào gõ nhịp xuống tường rêu

Năm tháng bỗng vụt hiện về, can qua lại mịt mờ trong tâm trí, nhưng từ đó, hiển lộ đức năng uy vũ bất năng khuất của một người học Phật, một chí sĩ luôn ngạo nghễ trước mọi nguy nan.

Với nhà thơ trác tuyệt Nguyễn Đức Sơn, tác giả mô tả tài tình một nhà thơ say cuồng trí tuệ, thách thức mọi sự tăm tối của đồng loại, nhưng ẩn trong ngôn từ và hành xử là sự khắc khoải bất tận trước cái tôi yếu đuối giữa vũ trụ này. Khắc khoải đến hiu quạnh.

Chúng ta giờ ước mong gì
Văn minh gửi cát bụi về mai sau

Đọc mà nghe như giữa cuộc chiến khốc liệt, bỗng vang vọng tiếng cười kiêu bạc. Mọi mưu mô thâm hiểm cho đến những khát vọng vĩ đại của thời đại, đều vô nghĩa.

Người Việt đã từng hay đến vậy. Trí tuệ Việt đã từng vời vợi như vậy. Chúng ta từng có tất cả đó thôi. Đọc sách, mà bật lên tiếng lòng xao xuyến. Từng lời kể giản đơn trong Quê hương hiu hắt bến cỏ hồng cứ thấm dần qua từng trang giấy. Sột soạt như đôi giày cỏ thầm lặng bước ở ven đường. Chậm rãi và an nhiên như một lữ khách đi qua địa cầu, tác giả ghi chép kỹ lưỡng những gì mình nhìn thấy, vì biết rõ chỉ còn lại một ít thời gian ở kiếp máu đỏ da vàng này như duyên nghiệp.

Những niên kỷ được trao lại, với sự da diết và tụng ca, là khoảng không giữa những nhịp tim mỗi người: còn không, chúng ta có còn những điều đẹp đẽ đó không, hay đã phai nhạt dần trong ký ức từng ngày? Đọc những dòng soi vào thời gian và trao lại từ bậc trí giả im lặng, thấy sấm động đâu đó trong trái tim mình.

À, hóa ra quê hương hiu hắt là như vậy, khi kho báu của người đi trước để lại bị quên lãng. Bên bến cỏ hồng, rất nhiều người đã bước ra đi, nhưng dường như ít người ngoảnh lại.

À, hóa ra quê hương hiu hắt là như vậy, khi chỉ là bến tiễn những đứa con ra đi, tiễn những điều đẹp nhất đi vào sương khói.

NGUYÊN KHÔNG
Nguyễn Tuấn Khanh

LỜI THƯA

Những người được trình bày trong tập sách này là những tên tuổi lớn đã tác động mãnh liệt đến văn học, thi ca và tư tưởng Việt Nam từ hậu bán thế kỷ XX đến tận ngày nay. Vì thế cho nên, tôi đã tạm mượn một câu thơ trong thi phẩm *Ngày sinh của Rắn* của Phạm Công Thiện để đặt tên cho tập sách này là:

Hiu hắt Quê hương bến Cỏ hồng

Tất nhiên, quê hương mà Phạm Công Thiện đã dùng trong câu thơ trên, không chỉ là Quê hương đất nước mà tôi đang sống mà còn là quê hương tâm linh mà tôi đã lên đường tìm kiếm từ thuở còn để chỏm nữa.

Những người trẻ tuổi trưởng thành giữa thập niên 60 của thế kỷ trước, chắc chắn không ai là không ảnh hưởng ít nhiều bởi những tên tuổi này.

Riêng tôi, trong buổi xế chiều của cuộc đời, mỗi khi ngồi hồi tưởng lại những ngày được sống bên cạnh Bùi Giáng, Phạm Công Thiện và Tuệ Sỹ giữa lòng Sài Gòn hoa lệ thì tôi lại ngậm ngùi nhớ đến đoạn văn của văn hào Pháp Saint-Exupery mà Bùi Giáng đã dịch một cách tài hoa trong *cõi người ta* như thế này:

"Đời vốn như thế. Ban đầu vào cuộc sống, chúng ta giàu, giàu nhiều, giàu nữa. Trong bao nhiêu năm, chúng ta trồng cây tỉa hột, nhưng ngày tháng trôi, năm sầu lại, thời gian phá vỡ mất công trình, cây rừng bị chặt, bạn hữu từng người rơi rụng. Bóng tùng quân nghìn tầm xiêu đổ, cái con người trơ trụi còn nghe rõ trong hoang liêu mối ngậm ngùi xuân xanh xa mất".

Với Quách Tấn và Võ Hồng lại là một trường hợp khác, không "sấm sét" không "mãnh liệt", như Bùi Giáng, Phạm Công Thiện và Tuệ Sỹ, nhưng tôi có thể ví họ như rặng núi, dòng sông hay đồng lúa chín vàng nghĩa là lúc nào họ cũng sống êm đềm trong tâm hồn của tôi.

Những năm đầu thập niên 80 của thế kỷ trước, thành phố Nha Trang buồn hiu hắt, nên tôi thường đến thăm Quách Tấn và Võ Hồng. Tôi còn nhớ một lần Quách Tấn tiễn tôi ra tận cổng, nhà ông nhìn ra chợ Đầm, tức là nhìn về hướng tây. Hôm ấy là buổi chiều mùa hạ, ráng đỏ rực ở phía chân trời. Ông nhìn ráng đỏ rồi cao hứng đọc cho tôi nghe một bài thơ trong *Mộng Ngân Sơn* của ông:

Mộng giáp ngày sen nở
Hẹn về thăm viếng nhau
Chiều chiều ra tựa ngõ
Mây ráng nghẹn bờ lau.

Bây giờ ngồi nhớ lại buổi chiều mùa hạ năm đó, tôi cứ nghĩ bâng quơ trong đầu rằng, nếu Quách Tấn còn sống đến bây giờ thì chắc ông buồn lắm, vì nhiều ngôi nhà cao tầng đã che khuất hết bầu trời Nha Trang mất rồi, đâu còn để ông ra đứng nhìn ráng đỏ vào những buổi chiều mùa hạ nữa?

Không còn hoài nghi gì nữa, đất nước càng phát triển, càng đô thị hóa thì con người lại phải sống nghẹt thở vì bị li cách với thiên nhiên bấy nhiêu.

Vì thế, chẳng phải những thi phẩm như *Mộng Ngân Sơn, Đọng Bóng Chiều* hay *Giọt Trăng* của Quách Tấn lúc này cần thiết cho chúng ta như cơn gió nồm thổi đến để xua tan đi cái oi bức của mùa hạ hay sao?

Còn đối với Võ Hồng thì từ khi ba người con của ông lần lượt đi định cư ở nước ngoài, chỉ còn lại một mình ông heo hút trong căn nhà xưa. Trong bài thơ có tên là *Di Ngôn*, ông đã nói cho các con ông biết cái cảm tưởng của ông như thế nào đối với ngôi nhà mà trước đó ông đã từng sống với các con mình:

Mình cha căn nhà xưa
Trông vừa quen vừa lạ.

Còn đời sống hằng ngày của ông thì sao? Ông không quên cho các con ông biết:

Không còn ngày gian khổ
Chỉ dư ngày tiêu điều.

Đọc bài thơ *Di Ngôn* khiến tôi lại nhớ đến truyện ngắn *Giã Từ Tuổi Thơ* có đoạn Võ Hồng viết:

"Trong sự im vắng của đêm nay, màu đỏ và màu vàng của nét

chữ bất động như tăng thêm niềm cô đơn. Tội nghiệp thay là những tĩnh vật. Mỗi ngày mỗi hoen úa, mỗi tàn phai, màu sắc mờ đi, mưa gió gặm mòn đi, những hàng chữ không còn sắc sảo, rộn rã như ngày mới trình diện lần đầu".

Chắc chắn do quá nhiều đêm dài mất ngủ vì tuổi già một mình trong căn nhà xưa đầy ắp những kỷ niệm, nên ông mới cảm nhận được hết nỗi tàn phai không phải chỉ kiếp người thôi, mà còn lắng nghe được cả tiếng thở dài não ruột của những tĩnh vật vô tri vô giác kia nữa.

Sở dĩ tôi đem chuyện cô đơn của Võ Hồng ra nói ở đây, vì tôi nghĩ rằng bất cứ một nghệ sĩ đúng nghĩa nào cũng đều cô đơn. Không hẳn sống một mình mới gọi là cô đơn mà đôi khi ôm ấp một hoài bão, một ước mơ nào đó mà không có ai để chia sẻ, để tâm sự thì cũng rơi vào cô đơn.

Trong truyện ngắn *Lá Vẫn Xanh,* Võ Hồng kể rằng, một hôm vô tình đọc được một dòng tin ngắn trên một tờ báo, báo viết rằng, có một nhà tiên tri người Ý tiên đoán rằng vào ngày 14 tháng 7 là ngày tận thế. Tác giả thì tính từng ngày, nhưng ông ngạc nhiên, tại sao trước một tai họa khủng khiếp sắp giáng xuống trên đầu của nhân loại như thế mà mọi người vẫn vui chơi nô đùa, ngay cả những đứa con của ông:

"Trưa hôm đó, chàng nhìn lũ con ăn uống ngon lành mà thương hại. Có lẽ nên cho chúng biết rằng, ngày mai là tận thế đi, để chúng tùy nghi sửa soạn lấy".

Vậy là tất cả những con người sáng tạo đều cô đơn, vì họ đã dành quá nhiều tình thương và ước mơ cho con người và cuộc đời nhưng đau đớn thay con người và cuộc đời không hiểu họ nên họ đành phải ôm nỗi cô độc đó gửi vào trong các sáng tác của mình.

Những bài viết trong tập sách này không hẳn là những bài nghiên cứu về văn học, thi ca hay tư tưởng của họ, mà mục đích của tôi giản dị chỉ là ghi lại những năm tháng mà tuổi trẻ tôi đã may mắn được gần gũi và nhất là được chia sẻ một chút vui buồn trên hành trình đi tìm cái đẹp của họ mà thôi.

Sau cùng, nếu có sai lầm hay khuyết điểm nào thì xin các bậc thức giả và bạn đọc rộng lượng bỏ qua.

Nha Trang mùa Xuân Kỷ Hợi
(2019)

Thích Phước An

THI CA HUYỀN KHÔNG
VỚI TUỔI THƠ HỌC ĐẠO

Dạo ấy, vào khoảng cuối thập niên 50 và đầu thập niên 60 của thế kỷ trước, Phật Học viện Trung phần Hải Đức tại Nha Trang thấy cần phải mở rộng việc đào tạo tăng tài. Ngoài hai nơi đã có cơ sở sẵn là Báo Quốc (Huế) và tu viện Già Lam (Sài Gòn), ban Quản trị quyết định mở thêm một chi nhánh nữa ở Cao nguyên Trung phần, địa điểm được lựa chọn là chùa Linh Sơn Đà Lạt, nơi mà Hòa thượng Mãn Giác, tức thi sĩ Huyền Không đang làm Hội trưởng Hội Phật giáo Tuyên Đức (bây giờ là Lâm Đồng).

Hai mươi học tăng đang theo học Trung học đệ nhất cấp (cấp 2) được chọn để đưa đi. Trong số ấy có tôi, vừa mới học xong đệ thất (lớp 6 ngày nay) ở trường Bồ Đề Nha Trang.

Hòa thượng Trí Thủ (bấy giờ là Thượng tọa Giám viện) đích thân hướng dẫn hai mươi học tăng lên đường đi Đà Lạt.

Hôm ấy là một ngày đầu thu, Ban Giám đốc và toàn thể học tăng Phật Học viện đều ra ga Nha Trang để tiễn đưa chúng tôi lên đường.

Đã gần bốn thập niên trôi qua rồi, vậy mà tôi vẫn còn nhớ như in cái buổi sáng đầu thu năm ấy. Lúc đó, dù xì dầu, tương chao không đủ ăn, quần áo không đủ mặc, mà sao huynh đệ, thầy trò lại thắm thiết đạo tình với nhau như thế? Tôi cứ boăn khoăn tự hỏi, có phải vì lúc ấy cái bả lợi danh của thế gian chưa dám bén mảng đến chốn thiền môn như bây giờ chăng?

Tuổi thơ của chúng tôi đã lớn lên trong không khí trong lành không hề bị bất cứ một đám mây đen nào làm vẩn đục, nên tất nhiên chúng tôi có đủ lý do để mơ ước về một ngày mai tươi sáng của đạo pháp và của cả chính mình.

Riêng tôi, dù lúc ấy chỉ vừa mới học xong đệ thất (lớp 6 bây giờ) nhưng cũng đã tập tành đọc được các tác giả của nhóm *Tự Lực Văn Đoàn*, đặc biệt là tác phẩm *Đoạn Tuyệt* của văn hào Nhất Linh, mà trong đó nhân vật chính là một thanh niên trí thức, ảnh hưởng Tây học, đã phải hy sinh tình yêu nhỏ bé của mình để phản đối những quy định khắt khe của xã hội phong kiến đã lỗi thời.

Người thanh niên trí thức ấy đã lên đường đi đến những chân trời xa xôi, mà Thế Lữ đã cảm xúc ghi lại trong một bài thơ nổi tiếng là *Giây phút chạnh lòng*:

Năm năm theo tiếng gọi lên đường
Tóc lộng tơi bời gió bốn phương.

Rồi trên đường phiêu dạt, vào một buổi chiều cuối năm dừng lại trong một gác trọ để:

Rũ áo phong sương trên gác trọ
Lặng nhìn thiên hạ đón xuân sang.

Cái hình ảnh một thanh niên cô độc trong gác trọ nơi đất khách quê người "lặng nhìn thiên hạ đón xuân sang" ấy đã làm quyến rũ nhiều người trẻ tuổi dạo ấy, trong đó tất nhiên có tôi.

Cũng vào đầu thập niên 50 của thế kỷ 20, Thầy Huyền Không (xin được gọi như vậy để giữ một chút kỷ niệm về tình thầy trò từ khi tôi còn để chỏm) cũng có làm một bài thơ có tên là *Dòng Suối Nhỏ*. Bài thơ diễn tả sự vui mừng náo nức của tác giả (hay cũng có thể là của toàn thể Phật tử Việt Nam) vào thời điểm đó, trước thềm đại hội của Phật Giáo ba miền Bắc, Trung và Nam để hợp nhất thành một tổ chức duy nhất là Tổng Hội Phật Giáo Việt Nam (tiền thân của Giáo Hội Phật Giáo Việt Nam Thống Nhất) diễn ra tại chùa Từ Đàm (Huế) vào năm 1951.

Nhưng tất nhiên có nhiều cách để ta cảm nhận bài thơ này, chứ không đơn thuần là bài thơ chỉ để đón chào sự kiện lịch sử trọng đại này của Phật Giáo Việt Nam.

Chẳng hạn, ta có thể xem dòng suối nhỏ đó như chính là thân phận của mỗi người trong chúng ta. Dòng suối ấy, dù đang chảy âm thầm, phải luồn lách qua không biết bao nhiêu là đầm lầy nước đọng, nhưng dòng suối vẫn ước mơ rằng một ngày nào đó sẽ gặp được đại dương mênh mông.

Chúng ta cũng vậy, một hôm nào đó trong đời chợt nghe gió mùa se thổi, thấy đời sống chẳng có ý nghĩa gì cả, ngoài "bốn bức tường ủ rũ", ta bỗng khát khao muốn đi đến những chân trời xa xôi, như dòng suối nhỏ của Thầy Huyền Không cũng đã từng khát khao như vậy:

> *Chất chứa bao niềm hận*
> *Chật hẹp riêng cuộc đời*
> *Đêm qua trời trở gió*
> *Tôi mơ chốn xa vời.*
> (Dòng suối nhỏ)

Trong thi phẩm *Kẻ Lữ Hành Cô Độc* được tái bản vào năm 2004 tại Mỹ, rồi trong tập kỷ yếu mừng khánh thọ vào năm 2005, Thầy đều có trích đăng lại bài thi kệ này:

> Nhất bát thiên gia phạn
> Cô thân vạn lý du
> Kỳ vi sanh tử sự
> Giáo hóa độ xuân thu.

Mà Thầy đã dịch là:

> *Bình bát cơm ngàn nhà*
> *Một thân muôn dặm qua*
> *Chỉ vì niềm sống chết*
> *Giáo hóa độ Ta Bà.*

Hồi còn ở Đà Lạt cũng như Sài Gòn, Thầy Huyền Không thường kể cho tôi nghe rằng, khi Thầy còn là một học tăng ở chùa Báo Quốc, Thầy thường trốn học ra ngồi dưới gốc cây nhãn của chùa để đọc các nhà thơ mới như Huy Cận, Xuân Diệu, Lưu Trọng Lư, Hàn Mặc Tử, v.v... và nhất là các tác phẩm của nhóm Tự Lực Văn Đoàn, đặc biệt là tiểu thuyết của Nhất Linh đã ảnh hưởng mạnh mẽ đến độ mà vào cuối đời, ngồi nhớ lại một làng quê đã xa xôi của tuổi thơ, Thầy vẫn còn nhắc "...đêm nào nằm ngủ tôi cũng thường nghe tiếng sóng vỗ ngoài biển, tiếng sóng nghe ầm ầm gặp khi trời động. Nghe tiếng sóng vỗ, tôi liên tưởng đến anh Vọi trong truyện *Trống Mái* của Nhất Linh".

Như vậy là cái "chốn xa vời..." mà thi nhân ước mơ đó ngoài âm hưởng của "cô thân vạn lý du", tức là hình bóng của những kẻ xuất trần Thượng Sĩ tự nguyện rong ruổi một mình trên những nẻo đường của trần gian để lay động con người của trần gian đang ngủ mê trong đêm dài sanh tử ra, thì còn có cái lãng mạn của một thanh niên trí thức thời đó (qua Dũng trong *Đoạn Tuyệt* của Nhất Linh). Thứ lãng mạn mà các nhà văn nhà thơ thời bấy giờ đều thể hiện trong các sáng tác của mình.

Sở dĩ tôi muốn nhấn mạnh đến vấn đề này là vì, chúng ta còn nhớ rằng, văn thơ của Phật giáo thời ấy hầu như bị đóng khung hoàn toàn trong "nhà chùa", nghĩa là hầu hết văn hay thơ đăng trên báo chí của Phật giáo trong những thập niên đầu thế kỷ 20 và cả giữa thế kỷ nữa cũng chỉ dành cho các Phật tử đi chùa lạy Phật đọc mà thôi. Và chắc chắn Thầy Huyền Không là một trong những người tiên phong biết kết hợp giữa các giá trị tâm linh siêu việt của Phật giáo với nghệ thuật đương đại để có thể đưa văn thơ của Phật giáo ra khỏi cổng tam quan của chùa vậy.

Chính nhờ thế mà hồi ấy và có lẽ bây giờ cũng vậy, vẻ đẹp của những ngôi chùa không chỉ dành riêng cho những Phật tử đi chùa lễ Phật nữa, mà ngôi chùa đã nghiễm nhiên trở thành biểu tượng cho cái đẹp đầy tâm linh của dân tộc. Nếu không có những người tiên phong như Thầy Huyền Không thì có lẽ ngày nay nếu mỗi khi chúng ta có dịp nói đến cái đẹp của những ngôi chùa thì chúng ta phải mượn tên các thi nhân bên ngoài như Anh Thơ, Hồ Dzếnh, Thanh Tịnh hay Nguyễn Bính, v.v... Nhưng chúng ta nên biết rằng, họ là những người ở bên ngoài ngôi chùa, nên họ chỉ thấy được cái đẹp từ bên ngoài chứ tuyệt nhiên họ chưa đi vào được cái đẹp tinh thần cũng như sứ mạng mà ngôi chùa đã đóng góp như thế nào đối với đời sống tâm linh của dân tộc.

Đó là chưa muốn nói đôi khi họ còn hiểu lệch lạc tinh thần của ngôi chùa. Ví dụ bốn câu sau đây của Thanh Tịnh:

Đạo sĩ chờ tôi chán hải hồ
Tôi chờ đạo sĩ lãng hư vô
Tôi mơ trăng lạnh Hàn Sơn tự
Ấp ủ men tình đội áo khô.

Trên phương diện thi ca, theo tôi thì bốn câu trên quá hay không thể chê vào đâu được nữa. Nhưng trên phương diện tinh thần thì Thanh Tịnh đã hiểu lầm, vì ngôi chùa không phải là nơi để ông trở về chữa vết thương của tình yêu, rồi đợi một ngày nào đó vết thương đã lành thì lại bỏ chùa để ra đi theo một chuyện tình khác:

Tôi mơ trăng lạnh Hàn Sơn tự
Ấp ủ men tình đội áo khô.

Bởi vậy phải đợi đến khi bài thơ *Nhớ Chùa* của Thầy Huyền Không ra đời (1956) thì mới xác định đúng vị trí của ngôi chùa đối với đời sống tinh thần của dân tộc:

Tiếng chuông thức tỉnh lan xa mãi
An ủi dân hiền mọi mái tranh.

hay triệt để hơn:

Mái chùa che chở hồn dân tộc
Nếp sống muôn đời của tổ tông.

Hồi nhỏ tôi đã xuất gia tại một ngôi chùa ở miệt miền quê nghèo khổ của miền Trung. Chùa nằm dưới một ngọn núi hùng vĩ cách xa xóm làng. Muốn vào chùa phải lội qua một con suối, chung quanh suối có nhiều tre mọc san sát bên nhau.

Lớn lên rời bỏ ngôi chùa quê vào sống nơi những ngôi chùa ở thành phố, nên mỗi lần đọc bài thơ *Nhớ Chùa* đến hai câu:

Có hàng tre gợi hồn sông núi
Yên lặng chùa tôi ngập nắng vàng.

thì tôi lại nhớ thương da diết về ngôi chùa của tuổi thơ dạo ấy.

Và tôi cứ thắc mắc tự hỏi là có phải ngôi chùa mà thầy nhớ trong bài thơ *Nhớ Chùa* đó là chùa Thiên Minh ở thành phố Huế, nơi thầy đã xuất gia học đạo hay là ngôi chùa Linh Sơn ở thành phố Đà Lạt nơi thầy đã từng sống và làm việc trong nhiều năm? Nếu là những ngôi chùa ở hai thành phố ấy thì làm gì có cảnh "mỗi tối dân quê đón gió lành" và làm gì có hàng tre để Thầy "gợi hồn sông núi". Nỗi thắc mắc ấy đến mấy thập niên sau mới được giải đáp nhờ tôi đọc được một tùy bút ngắn là *Phương Lan, Quê Tôi* của Thầy:

"Quê hương Quảng Trị của tôi làng nào cũng giống nhau, cũng mái tranh, cũng khói lam chiều. Mùi rơm mùi rạ, mùi trâu bò, mùi gia súc mang lại cho ta một thứ tình quê mặn nồng, không ai có thể dễ dàng quên trong cuộc đời nếu thời ấu thơ của chúng ta đã từng sống ở làng quê".

Khi chiến tranh bất ngờ ập đến, không thể về quê được, cũng như nhiều người khác Thầy cũng nhớ da diết:

"...Tình quê của tôi nó thâm nhập như vậy, nên chi trong thời chiến tranh về thăm làng không được, vào năm 1956 tôi đã sáng tác bài thơ *Nhớ Chùa*. Ở nhà quê, làng nào cũng có chùa, chùa nào cũng có hương hỏa phụng thờ, nơi gửi gắm bao đời của tổ tiên".

Như vậy là Thầy đã không lấy cảm hứng từ chùa Thiên Minh ở Huế hay chùa Linh Sơn ở Đà Lạt, tức là những ngôi chùa ở nơi phồn hoa đô hội, mà Thầy đã lấy cảm hứng từ những ngôi chùa ở tận những thôn làng nghèo khổ để sáng tác ra bài thơ *Nhớ Chùa*.

Những ngôi chùa nghèo khổ này vẫn đứng đó trong âm thầm lặng lẽ để chia sẻ, để an ủi những mảnh đời bất hạnh, những mảnh đời lầm than cơ cực của những người nông dân chân lấm tay bùn, từ đời này qua đời khác, từ thế hệ này qua thế hệ khác vậy.

Và theo tôi, chẳng phải một bài thơ hoặc một tác phẩm được cho là hay, có nghĩa là bài thơ ấy, tác phẩm ấy đọc vào ai cũng phải thấy thấp thoáng có bóng dáng hay tâm tư của chính mình trong đó hay sao?

Bởi vậy, dù phiêu dạt ở chân trời góc bể nào đi nữa, thì Thầy vẫn nhớ về những ngôi chùa tận những miệt miền quê nghèo khổ ấy, nói theo cách nói của thầy thì "...vì nỗi nhớ thì quá nao nao, cho nên tôi đã phải liều mà trồng hoa trong mùa bão tố:

Biết đến bao giờ trở lại quê
Phân vân lòng gởi nhớ nhung về
Tang thương dù có bao nhiêu nữa
Cũng nguyện cho chùa khỏi tái tê".

Xin được trở lại với chuyến đi Đà Lạt của ngày đầu thu dạo ấy.

Khi xe lửa bắt đầu móc từng móc sắt chậm chạp leo lên đèo Sông Pha để tiến vào thị trấn Đơn Dương thì không khí khác hẳn, nghĩa là mát mẻ vô cùng. Có lẽ vì 20 người trong chuyến đi ấy hầu hết đều được sinh ra và lớn lên ở dưới đồng bằng nên tất cả đều có cảm giác là đã vừa vứt lại sau lưng cái nóng bức của mười mấy năm đầu tiên trên mặt đất này. Hai bên đường rầy xe lửa là rừng thông xanh, là suối chảy róc rách, là hoa dại đủ màu sắc, nhưng đặc biệt nhất là hoa dã quỳ đang nở rộ làm vàng rực cả núi rừng.

Em đi lên với bắt mấy hương màu
Miền đất thượng có mấy bờ hoa mọc.
(Bùi Giáng)

Có lẽ phải nhờ hai câu thơ ấy mới có thể diễn tả hết sự náo nức của tôi trong chuyến đi này. Náo nức vì không phải được đi Đà Lạt mà còn náo nức cho cả những ngày tươi đẹp còn dài trước mắt chúng tôi, tươi đẹp như thành phố ngàn hoa mà chúng tôi đang sắp sửa bước vào đây.

Khi tàu lửa vào ga Đà Lạt thì trời đã xế chiều. Thầy Huyền Không đã đứng chờ sẵn ở đó để nghênh đón Thượng tọa Giám viện và học tăng chúng tôi.

Nhìn Thầy và nhìn những tia nắng mong manh của buổi chiều tà đang xuống chậm giữa đồi núi chập chùng, tôi liên tưởng đến bài thơ *Một Ngày Qua* của Thầy. Bài thơ mà vào khoảng cuối thập niên 50 và những năm đầu thập niên 60 (thế kỷ trước). Một nhạc sỹ nào đó đã phổ nhạc, và được một ca sỹ Phật tử nổi tiếng là Duy Khánh hát, rồi trong các ngày lễ Phật lại được các em thiếu nhi gia đình Phật tử áo lam hát vang lên trong các sân chùa vào mỗi chiều Chủ nhật của miền Nam thời đó. Chúng ta nên biết rằng, chỉ sau năm 1963 thì văn nghệ Phật giáo mới bắt đầu và sau đó nở rộ vào những năm từ 1967 đến 1974. Nhắc lại như vậy, để thấy rằng Thầy Huyền Không là một trong những người đã có công đưa văn nghệ Phật giáo bắt đầu ảnh hưởng đến xã hội thời bấy giờ, chứ không chỉ giới hạn trong nhà chùa như trước đó nữa.

Bài thơ đó tôi nhớ loáng thoáng như thế này:

Ngày tàn theo gót hoàng hôn
Bóng chiều đổ xuống tâm hồn ai đây
Thông xanh rải rác phấn vàng
Nghe trong gió thoảng cung đàn biệt ly.

hay một đoạn khác:

Chiều xuống giữa rừng dâu
Chân bước đi về đâu?
Tìm cái gì đã mất
Không thấy lại hôm sau.
Lá vàng lác đác gió bay
Còn đâu đây nữa một ngày đã qua.

Thời gian tàn phá và hủy diệt mọi sự, nhưng đau đớn thay là tất cả chúng ta đều gần như trơ lì và chẳng hề biết rằng mình đang trên con đường đi đến hủy diệt.

Chỉ có Thiền sư và thi nhân là những kẻ biết rất rõ rằng mình cũng sẽ bị hủy diệt trong một ngày nào đó không xa.

Bài thơ *Một Ngày Qua*, được Thầy Huyền Không sáng tác lúc còn trẻ, chỉ khoảng trên 30 tuổi, cái tuổi còn chan chứa mộng đời, cho nên nếu có buồn thì cũng chỉ buồn man mác mà thôi.

Nhưng đến tuổi xế chiều thì khác, không thể nói là buồn nữa, mà dù muốn hay không cũng phải chấp nhận nó như một sự thật hiển nhiên vì theo thầy: "Không ai có thể đưa tay níu lại thời gian để giữ cho mình không thay đổi. Thôi thì hãy hài hòa chấp nhận và thảnh thơi sống với cái thời gian thực sự; đó là cách tìm sự an tâm trước mọi đổi thay".

Và vì vậy cho nên lúc 55 tuổi Thầy có viết:

Cây tùng năm lăm tuổi
Trên đầu lá còn xanh
Thiền sư già cằn cỗi
Môi nở nụ cười lành.
(Cây Tùng)

Có lúc nhìn thời gian trôi qua nhanh không chỉ "môi nở nụ cười lành" thôi, mà còn "cười vang suốt đêm trường" nữa:

Thiền sư đi trên đường
Áo rộng đầy tình thương
Thời gian không níu lại
Cười vang suốt đêm trường.

Riêng tôi, thì có lẽ chưa đủ nội lực như Thầy để "cười vang suốt đêm trường" dù có thể đó chỉ là cái cười chua xót. Nhưng ngược lại, mỗi lần đọc 4 câu mà theo tôi rất là lạ lùng sau đây trong bài *Kẻ Lữ Hành Cô Độc* của Thầy:

Trong đêm vắng kêu vang
Tiếng vọng khắp xóm làng
Ai biết kêu gì nhỉ
Trên trời mây lang thang.

Nhất là vào những đêm khuya khoắt chợt thức giấc, thì những mảnh đời đã ly tán lại trở về chập chờn trong ký ức mịt mù của tôi; đó là những ngày ấu thơ nơi một làng quê nghèo khổ nhưng lại có rất nhiều mây trắng và còn có cả ngôi chùa xưa tịch mịch lúc nào cũng tràn ngập nắng vàng. Rồi những năm tháng được sống bên cạnh Thầy tại chùa Linh Sơn ở Đà Lạt. Cái thành phố sương mù thơ mộng này dường như đã nuôi dưỡng hồn thơ của Thầy từ những ngày còn trai trẻ. Có lẽ con người chỉ thực sự sống với chính mình, khi con người biết ngồi một mình để hồi tưởng lại những ngày còn ấu thơ của chính mình. Chỉ những lúc ấy, ta mới chợt nhận ra rằng, dù hiện tại ta có là gì đi chăng nữa, thì cuối cùng ta cũng sẽ chỉ là một kẻ bơ vơ lạc lõng bước đi một mình trên mặt đất hoang vu này mà thôi, hay một *Kẻ Lữ Hành Cô Độc*, nói theo ngôn ngữ thi ca của Thầy. Vì sao? Vì chẳng phải Saint-Exupéry đã từng nói cho chúng ta biết rằng: "...bóng tùng quân nghìn tầm xiêu đổ, thì cái con người trơ trụi sẽ chỉ còn nghe rõ trong hoang liêu mối ngậm ngùi xuân xanh xa mất" (Bùi Giáng dịch) đó sao?

Còn một điều nữa, không thể không nói đến trong thi ca của Thầy Huyền Không. Đó là tấm lòng của Thầy, một kẻ tha hương nhưng lúc nào cũng ngóng trông về cố quốc:

Chiều nay mưa lòng ai
Tâm hồn chìm xa vắng
Ra đi đất nước người
Nhìn nhau đầy thầm lặng.
(Tiễn Đưa)

nơi xứ người, dù mỗi năm mùa xuân vẫn đến, nhưng làm sao vui cười được nhỉ?

Thương Xuân tuyết trắng trên đầu núi
Nhớ nước làm sao nở nụ cười.

Có lẽ hai câu thơ trên đã đủ để nói lên hết tất cả tấm lòng của Thầy đối với quê hương đất nước rồi chăng?

Trong hơn 20 năm qua, mỗi lần viết thư cho tôi, lúc nào Thầy cũng nói lên cái mong ước của Thầy là, một ngày nào đó sẽ về thăm lại quê nhà, thăm lại những ngôi chùa có con đường đỏ chạy lang thang. Và mỗi khi hồi âm cho Thầy, tôi cũng đều chép hai câu thơ của Thầy, hai câu thơ mà tôi đã thuộc nằm lòng từ khi còn ở với Thầy ở chùa Linh Sơn (Đà Lạt):

Tiếng chim hót ngoài xa
Vui như ngày trở lại.

Dù bây giờ có lẽ chim đã bắt đầu hót ngoài xa, nhưng tôi nghĩ trong ngậm ngùi, mai này trong những người trở về thăm lại quê nhà đó sẽ không bao giờ có Thầy trong đó nữa...

Nha Trang, những ngày cuối Xuân Đinh Hợi
(2007)

QUÁCH TẤN, NHÀ THƠ
CỦA NÚI CŨ CHÙA XƯA

I

Trong một bài viết về tác phẩm *Nước Non Bình Định* của Quách Tấn, cố học giả Nguyễn Hiến Lê có nói rằng, ông vốn rất mê các cửa biển miền Trung. Nhưng trong NNBĐ Quách Tấn chỉ dành có mười tám trang để viết về biển, nên đọc xong mười tám trang đó ông còn cảm thấy thèm. Ngược lại, trong chương viết về núi non, Quách Tấn đã dành đến tám chục trang. Và Nguyễn Hiến Lê đã tóm lược tám chục trang mà Quách Tấn viết về núi như thế nầy:

"Trong tám chục trang tác giả có tới trên trăm ngọn núi. Tuy không cao lắm nhưng "hùng dũng hiểm tuấn" nhiều ngọn núi hình dáng rất kỳ dị như ngọn Mã Thiên Sơn, đứng phía này mà ngó thì rất ngạo, hung tợn như "há miệng mắng trời" nhưng đứng phía khác thì trông lại rất hiền lành "lễ độ" có phía coi như ông Phật ngồi, có phía như hổ nằm, mà từ trên cao nhìn xuống thì trông như cánh buồm.

Có núi hình dáng không kỳ dị, mà sắc thì diễm ảo như núi Xương Cá, những buổi trưa nắng gắt ở xa trông vào thấy sát khí bốc lên ngùn ngụt. Còn vào những đêm trăng sáng, những buổi sớm tinh sương thì long lanh lóng lánh như hạt kim cương.

Và trong quyển hồi ký viết vào những ngày cuối đời, Nguyễn Hiến Lê vẫn nhắc lại: "Nhất là cảnh núi mà tôi tin chắc rằng không ai viết hay hơn Quách Tấn được".

Trong hơn một trăm ngọn núi mà Quách Tấn đã viết trong *Nước Non Bình Định*, có một ngọn đã chạy dọc sau làng quê của tôi: Hồi nhỏ tôi nghe dân làng gọi là Núi Bà, sau đọc được Quách Tấn thì tôi mới biết núi còn có tên là Bố Chánh Đại Sơn. Đúng như cách gọi của chữ Hán cũng như chữ Việt, núi hùng vĩ vô cùng.

Quách Tấn viết trong *Nước Non Bình Định*: "Núi chiếm một vùng rộng có đến trăm dặm vuông. Núi ngó ra biển, hùng vĩ, hoành tráng".

Trong núi có nhiều ngọn cao chất ngất, như Hòn Hèo ở phía Đông Nam, hòn Hang Rái ở phía Đông Bắc, hòn Chuông ở phía Tây v.v...

Tôi bắt đầu nhìn ngắm được ngọn Núi Bà là vào những năm 1953 đến 1954, tức là những năm cuối cùng của cuộc chiến tranh chống Pháp.

Đầu làng tôi có một cây cầu gỗ bắt ngang qua sông. Dân phía bên này và bên kia sông đều đi lại bằng chiếc cầu gỗ này. Nhưng chiếc cầu đã vô tình trở thành tai họa giáng xuống dân làng, vì ngày nào máy bay Pháp cũng đến dội bom xuống chiếc cầu.

Tôi còn nhớ như in, hễ cứ nghe gà gáy canh đầu là mẹ tôi đánh thức tôi dậy cùng với dân làng đi lên đèo Tó Mọ để tránh bom đạn. Đèo này nằm sâu trong dãy Núi Bà, nên dân làng phải ráng sức để khi đến nơi thì trời vẫn còn tối, vì ban ngày thì sợ máy bay thấy sẽ rất nguy hiểm. Tôi thì còn quá nhỏ nên khi bắt đầu leo núi thì mẹ tôi phải cõng tôi trên vai để đi cho kịp với mọi người. Vào những đêm trời có trăng, vừa leo núi tôi lại còn nhìn thấy mặt trăng mọc ngay trên đỉnh núi. Mặt trăng lúc ấy trông buồn bã làm sao:

Đêm đêm nằm đợi canh gà giục
Mảnh nguyệt rừng xa bạn cố tri.
(Mùa Cổ Điển)

Bây giờ thỉnh thoảng tôi vẫn thích đọc lại hai câu thơ ấy của Quách Tấn, đọc để nhớ lại tuổi thơ của một thời ly loạn đã qua.

Vào mùa đông hay tháng giêng tháng hai trời còn gió chướng, từng cơn gió rét buốt từ đèo Tó Mọ đổ xuống cánh đồng Dạy, cánh đồng nằm kề cận làng tôi. Những buổi chiều đi học về, tôi cùng những đứa trẻ cùng làng phải cắm đầu mà chạy để tránh cái rét như cắt da ấy. Những lúc đó, tuổi thơ tôi đã cảm nhận một cách mơ hồ rằng, con người hoàn toàn xa lạ và bơ vơ trước vũ trụ bao la kia.

Rồi lớn lên rời bỏ quê hương, mỗi khi có dịp trở về để đi qua cánh đồng lộng gió ấy, tôi còn phải chịu đựng mộc cơn gió rét buốt khác nữa, cơn gió dâu bể của cuộc đời.

Nhiều thế hệ tiếp nhau sanh ra, lớn lên, sống trong âm thầm rồi họ cũng đã âm thầm trở về nằm yên dưới rặng núi này:

Gò xanh vun nấm cỏ

Ghi dấu thời gian qua
Chửa nhạt niềm tâm sự
Âm thầm xuân nở hoa.
(Mộng Ngân Sơn)

Mười năm, hai mươi năm hay ba chục năm, có lẽ chỉ dài đối với một đời người. Nhưng với một dòng sông hay một rặng núi thì quá ngắn để mà ta có thể thấy sự thay đổi của nó. Bởi vậy mỗi lần trở về tôi thấy núi vẫn xanh và những đám mây trắng vẫn bay trên đỉnh núi như dạo nào.

Vậy là, tôi thường tự nhủ, núi đứng đó không phải chỉ để nhìn "Sóng lớp phế hưng" của cuộc đời thôi, mà chừng như dãy núi còn biết lắng nghe tâm sự của bao thế hệ đã đến từ rặng núi nầy nữa:

Chửa nhạt niềm tâm sự
Âm thầm xuân nở hoa.
Tôi tưởng tượng Quách Tấn cũng đã nhiều lần đứng nhìn những nấm mồ nơi rặng núi của quê nhà nên ông mới có một nỗi buồn heo hút đến như vậy.

II

Tâm sơn dục minh đức
Lưu huân vạn do diên
Ai loan cố đồng thượng
Thanh âm triệt cửu thiên.

(Ở trong núi nuôi dưỡng các đức tánh sáng chói Hương thơm tỏa ra hàng vạn dặm.

Rồi cũng giống như con chim Loan cất tiếng kêu buồn thảm trên *cây ngô đồng.*

Âm thanh của nó vọng đến chín từng trời).

Có thể vay mượn một bài thơ của Kumarajiva (Cưu Ma La Thập) như vậy để thấy núi non hết sức quan trọng trong bước đi lên của con người.

Vì dường như những thành tựu tâm linh lớn nhất của con người từ xưa đến nay đều phát xuất từ núi rừng cô tịch?

Ta có thể giả thiết như thế này: Nếu không có dãy Hy Mã Lạp Sơn cao nhất thế giới ở Ấn Độ thì nhân loại đã không tìm ra được con đường để đi rồi.

Quách Tấn dường như đã linh cảm được rằng, con người của thực dụng hôm nay đã đánh mất dần núi non trong hồn mình. Nên ông đa đem hết sức bình sinh để làm sống lại cái đẹp của núi non trong tâm hồn con người hôm nay.

Quách Tấn đã bắt đầu bằng một truyền thuyết dân gian đầy thơ mộng về hai rặng núi ở quê nhà ông như thế này:

"Truyền rằng xưa kia lúc mà ông Trời bà Đất hết khẳng khít với nhau, ông bay lên cao, bà hạ xuống thấp, bỏ nước non mây ráng bơ vơ. Ông Khổng Lồ lo việc xếp đặt núi non cho có thứ tự. Sau khi xếp xong các dãy núi ở Bình Định. Khổng Lồ lựa hai hòn núi cân đối, quảy nhổng nhảnh đi chơi. Nhìn núi nhìn mây, cao hứng quên lửng gánh núi trên vai. Đòn gánh chích, đôi gióng nghiêng. Đôi núi lăn cù xuống đất. Núi rớt thình lình, Khổng Lồ vừa giựt mình vừa mất thăng bằng suýt ngã. Để khỏi té, ông liền bấm chặt một chân xuống đất, một chân bước dang ra trước mặt để chống. Tuy khỏi bị té ngã, nhưng bị cụt hứng, ông tức mình bỏ núi lại đó. Gánh gióng không mà đi đến nơi khác. Hai hòn núi bỏ lại đó là hòn Trà Sơn và hòn Khánh Long."

Vì núi được sanh ra bởi ông Trời và bà Đất, nên ta phải leo lên núi cao thì mới thấy hết cái đẹp của trời đất:

"Lẫn trong màu sắc của ruộng đồng mênh mông, từng chùm, từng khoảnh nổi lên màu lục đậm của cây, màu xam xám hoặc đo đỏ của chợ quán, nhà cửa, chùa đền... hoặc ẩn hiện dưới bóng mây làn khói".

Cái giây phút ấy, thì những gì tù túng, chật chội của mặt đất dường như cũng tan biến hẳn. Ta có cảm giác rõ rệt là càng lên cao bao nhiêu thì con người cảm thấy mình là một với đất trời bấy nhiêu.

Rồi tại một hòn núi khác, Quách Tấn kể lại kể lại cảnh một nhà sư âm thầm cứu giúp con người:

"Để giúp hành khách qua lại khỏi bị nạn cọp, nhà sư trụ trì tổ chức việc đưa đón hết sức nên thơ.

Hành khách đến chân đèo thì dừng lại đợi nhau. Khi đã được năm ba người rồi, nhà sư đến đưa qua đèo. Không dáo không mác, không trống, không phèn la... nhà sư thong thả đi trước, tay gõ mõ miệng tụng kinh, hành khách nối đuôi nhau đi theo, khoan thai trật tự... Sang phía bên kia, nếu có khách thì nhà sư trở lại, đưa qua đèo. Cứ thế hết ngày này đến này kia. Ai cúng ít nhiều cũng được, không cũng không sao. Trước kia nạn hổ thường xảy đến. Từ khi có sự đưa đón của nhà chùa, người qua lại đều vô sự".

Đối với chúng ta ngày nay, câu chuyện trên có vẻ hoang đường, không thực tế. Quách Tấn cũng biết vậy, nên ông đã viết: "Đó là chuyện cũ ngày xưa, ngày nay người không còn sợ cọp như trước, trái lại cọp phải sợ hẳn lòng người, nên tiếng mõ câu kinh không cần thiết nữa".

Cuối dãy núi Bà có một ngôi chùa cổ gọi là chùa Ông Núi. Có nhiều truyền thuyết kỳ lạ kể lại hành tung của Ông Núi:

Ông Núi dùng vỏ cây làm y phục, tham thiền nhập định suốt ngày đêm trong hang đá. Trong hang đá còn có hai con cọp mun hiền lành. Ông Núi ít khi đi đâu, chỉ khi nào cần lương thực thì Ông Núi mới gánh một gánh củi xuống để ở ngã ba đường. Người quanh vùng đem gạo muối xuống để đó, rồi gánh củi đem về nhà chụm. Chiều tối hôm sau, Ông Núi mới xuống lấy gạo muối, rồi lặng lẽ lên núi trở lại. Ông Núi tiếp tục sống như vậy trong nhiều năm, đến khi Trương Phúc Loan chuyên quyền, khắp nơi đều sống trong cảnh đói khổ loạn lạc. Một hôm những người tiều phu lên núi đốn củi, họ tò mò vào hang thì không còn thấy Ông Núi đâu nữa. Bấy giờ họ mới biết Ông Núi đã bỏ cái hang đó đi mất rồi, chẳng ai biết ông đi đâu?

Hơn ba trăm năm sau, Quách Tấn đến viếng Chùa và ông vẫn còn nghe được bước chân Ông Núi vang vọng khắp núi non:

"Dọc đường khi đi cũng như khi về, thường nghe các em mục đồng, các chàng ngư phủ, với một giọng thật thà, đôn hậu, hát những câu hát về Ông Núi, khi thì thánh thót, như:

Cây che đá chất chập chùng
Biển giăng dưới núi chùa lồng trong mây
Bụi đời không gợn mảy may
Chút thân rộng tháng ngày dài thảnh thơi.
Khi thì ngầm chứa nỗi u hoài, như:

Ông Núi đi đâu
Bỏ bầu sơn thủy

Đủ nhân đủ trí
Thêm vĩ thêm kỳ
Chùa xưa nhạt bóng tà huy
Xuôi lòng non nước nặng vì nước non.

Những tiếng "Núi cũ", "Chùa xưa" đã được Quách Tấn lặp đi lặp lại nhiều lần trong thơ của ông, đã nói lên hết tất cả nỗi bơ vơ của ông khi phải sống trong thế giới hiện nay. Một thế giới đã gần như quên hẳn một Trần Thái Tông đã cùng với Đức Sơn Thiền Sư đứng ngắm trăng trước sân chùa Thanh Phong và nghe gió lùa qua núi vắng. Một Nguyễn Trãi ngậm ngùi tiễn Đạo Kiêm Thiền sư về núi với lời chúc:

"Về non ta lại có thiền tâm".

III

Trong một bài nhận định về thơ của Quách Tấn cách đây đã hơn ba chục năm, Phạm Công Thiện đã viết một câu mà tôi nghĩ đã chỉ thẳng vào trung tâm điểm của cõi thơ Quách Tấn:

"Tôi tưởng chừng những tiếng thơ trên đã phát xuất từ trung tâm điểm của vũ trụ, xa lắm, xa lắm".

Những tiếng "xa lắm, xa lắm" của Phạm Công Thiện dĩ nhiên phải được hiểu theo nghĩa bóng.

Dù vậy, có những bài thơ của Quách Tấn mà mỗi lần đọc lên, tôi khó có thể nghĩ rằng ông đã làm những bài thơ đó tại những thành phố có tên là Quy Nhơn hay Nha Trang hay tại bất cứ một thành phố nào ở Việt Nam. Tôi có cảm giác ông là một ẩn sĩ đang sống tại một ngôi chùa cổ ở một thảo nguyên hay một hòn núi cao nào đó, xa hẳn chốn trần gian bụi bặm này. Vì chỉ trong cô đơn heo hút như vậy, thì ông mới lắng nghe hết cả cái buồn sầu thảm của vũ trụ mênh mông này:

Sông dài bãi vắng núi chênh vênh
Chùa khuất sau mây tiếng trống rền
Gió nước nôn nao lòng đãi độ
Lạnh lùng sương xuống bóng trăng lên.
(Động Bóng Chiều)

Và tại nơi "thâm sơn cùng cốc", trong một thoáng giây ngắn ngủi, Quách Tấn chừng như đã thấy được cánh cửa của vô hạn:

Thoáng tiếng chuông chùa vọng
Bóng đèn khuya rung rinh
Nao nao lòng giống quạnh
Hơi thu tràn hư linh.
(Mộng Ngân Sơn)

Rồi tôi tưởng tượng rằng, một hôm nhà ẩn sĩ đó đã bị bắt buộc xuống núi trở lại. Dù sống giữa cuộc đời, nhưng lòng ông lúc nào cũng ngóng vọng về nơi chốn xa xôi ấy:

Mây nước nhiễm phong trần
Nơi đâu tình cố nhân
Những đêm buồn tỉnh giấc
Chùa cũ tiếng chuông ngân.
(Mộng Ngân Sơn)

Ông nhớ rõ từng lời kệ tiếng kinh, nhớ giọt trăng tà đọng lại trên hành lang heo hút của đêm sắp tàn nơi ngôi chùa cổ:

Lặng lẽ chiên đàn nhã khói hương

Trăng tà đôi giọt rụng lan can
Chùa xa riêng cảm đêm thu quạnh
Vần kệ ngân đưa giấc mộng tàn.
(Đọng Bóng Chiều)

Và nhớ những chiều núi non sau cơn mưa còn đẹp hơn cả một giấc mộng:

Mưa tạnh non cao đọng bóng chiều
Hồi chuông chùa cũ vọng cô liêu.
(Chưa xuất bản)

Hai câu thơ có sức hoài niệm lạ thường. Gần một thế kỷ đi qua trên cuộc đời này, ngoảnh nhìn lại chẳng còn nhớ gì hết, ngoài một chút núi non tịch mịch trong lòng của thi nhân mà thôi...

Chắc chắn những bài thơ trên của Quách Tấn không phải là sự rung động ngẫu nhiên hay nhất thời của một nghệ sĩ, mà nó đã được hun đúc sâu xa bởi một khát vọng. Khát vọng đó đã một lần được Quách Tấn phát biểu:

"Làm thơ là để gởi tấm lòng vào thiên cổ chứ không phải để phấn sức tài ba trong nhất thời". Đó là lời của Trần Tử Ngang mà tôi đã học thuộc lòng từ khi mới tập làm thơ. Ngày xưa tôi làm thơ là để lòng vào thiên cổ, như lời Trần Tử Ngang. Nhưng từ ngày tôi nhận thấy văn chương là một pháp môn, là một cái đạo, thì tôi làm thơ, viết văn để giải thoát tâm hồn".

Thi ca, theo quan điểm của Quách Tấn làm một pháp môn, một cái đạo để ông giải thoát tâm hồn. Như vậy Quách Tấn đã đạt được khát vọng ấy trong thi ca của ông chưa? Đọc bài thơ sau đây ta sẽ rõ:

Mây thu chớp nhẹ cánh thư hồng
Hắt ánh tà huy trắng mặt sông
Bờ giạt sóng lau vờn ngọn bấc
Đợi đò lặng lẽ bóng sư ông.

Vậy, đúng như Phạm Công Thiện đã nói, thì: "Hiện nay Quách Tấn đã đi gần tới tiêu đích của mình".

IV

Vào những tháng cuối năm 1975 và tiếp đến những năm 1976 và 1977, theo chỗ tôi biết, đó là những năm tháng buồn bã nhất trong cuộc đời của Quách Tấn. Bạn bè cũ, một số đã ra đi, một số còn ở lại thì sợ "Tai vách mạch rừng" nên ít ai dám lui tới để trò chuyện, tâm sự, mặc dù có quá nhiều chuyện để mà tâm sự với nhau.

Lúc ấy anh Tuệ Sỹ vẫn còn ở Nha Trang, chùa lúc ấy cũng chẳng còn chuyện gì để làm, nên anh Tuệ Sỹ và tôi vẫn thường xuống nhà thăm Quách Tấn, thỉnh thoảng ông cũng lên chùa thăm lại. Những lần viếng thăm như vậy đã an ủi tâm hồn ông rất nhiều, nhất là trong hoàn cảnh cô đơn và đầy bất an như lúc ấy. Một bữa nọ anh có trao cho anh Tuệ Sỹ và tôi một bài thơ:

Bạn thơ nay chẳng còn ai
Tới lui trò chuyện chỉ vài nhà sư
Chung trà hớp ngụm vô tư
Chia tay nhìn bóng thanh hư gởi lòng.

Riêng đối với Tuệ Sỹ, mặc dù tuổi tác khá chênh lệch nhau. Tuệ Sỹ đến sau Quách Tấn gần nửa thế kỷ, nhưng Quách Tấn vẫn một mực quý trọng tài hoa và nhất là tư cách của Tuệ Sỹ.

Tôi nhớ có một lần ông đã nói với tôi rằng, ở Việt Nam có hai tác phẩm viết về Tô Đông Pha (một đại thi hào đời Tống của Trung Quốc) một của Nguyễn Hiến Lê và một của Tuệ Sỹ. Nhưng theo ông, Nguyễn Hiến Lê chỉ mới đứng từ xa mà nhìn ngọn Lô Sơn, còn Tuệ Sỹ mới đích thực vào được "thâm xứ" ấy. Quách Tấn là một nhà thơ, mà nhất là nhà thơ rành rẽ về thi ca Trung Quốc, thì lời nhận định của ông tất nhiên phải có giá trị lớn rồi. Nhân đó, tôi cũng cho ông biết rằng, vì Tuệ Sỹ là một nhà thơ, một nhà thơ mà viết về một nhà thơ thì tất nhiên phải hay hơn một học giả viết về thi ca vậy. Quách Tấn rất đỗi ngạc nhiên khi biết Tuệ Sỹ cũng có làm thơ. Vì từ lâu ông chỉ biết Tuệ Sỹ là một nhà Phật học, một dịch giả vậy thôi.

Khi Đào Duy Anh lần đầu tiên từ Hà Nội vào Nha Trang đến thăm Quách Tấn, ông hỏi ý kiến Quách Tấn là ai là người mà ông nên đến thăm? Quách Tấn đã trả lời ngay: Tuệ Sỹ, chỉ có Tuệ Sỹ là người đáng thăm nhất. Và ông Đào Duy Anh đã leo núi lên chùa Hải Đức để thăm Tuệ Sỹ.

Trong cuộc trò chuyện hơn hai tiếng đồng hồ tại chùa Hải Đức. Tôi vẫn còn nhớ là Đào Duy Anh đã tỏ ra rất tiếc khi ở ngoài Bắc mấy chục năm mà ông vẫn không có tác phẩm *Essay in Zen Buddhism* của D.T. Suzuki để đọc, đến khi vào Nam thì ông thì ông mới đọc được bộ *Thiền Luận* do Tuệ Sỹ dịch từ tiếng Anh của D.T. Suzuki trong khi ông biết là tác phẩm đó đã chinh phục thức giả Tây phương từ lâu rồi. Ông cũng công nhận là một sự muộn màng đáng tiếc. Khi tiễn Đào Duy Anh xuống núi, ông cứ đi một đoạn là đứng lại bắt tay anh Tuệ Sỹ, những cái bắt tay thật chặt. Cứ như vậy ông bắt tay cho đến khi xuống cuối dốc chùa mới thôi. Điều ấy chứng tỏ rằng, Đào Duy Anh rất trân trọng về cuộc gặp gỡ này.

Sau đó, có lẽ vì không chịu đựng nổi không khí ngột ngạt ở thành phố nên Tuệ Sỹ đã đi làm rẫy tại một khu rừng hẻo lánh ở thị trấn Vạn Giã, gần đèo Cả, cách Nha Trang khoảng sáu mươi cây số. Đây là thời gian anh làm thơ nhiều nhất. Hầu hết những bài thơ nói lên tâm sự u uẩn của chính mình mà cho cả quê hương đất nước đều được anh làm tại nơi núi rừng heo hút này. Tỷ như:

Quê người trên đỉnh Trường Sơn
Cho ta gởi một nỗi hờn thiên thu.

Hoặc:

Trong mắt biếc mang nỗi hờn thiên cổ
Vẫn chân tình như mưa lũ biên cương.

Đúng là tâm hồn của kẻ sĩ, nếu có hờn có trách thì chỉ hờn trách chính mình thôi, còn đối với con người, đối với cuộc đời thì vẫn yêu thương nồng nàn. Làm rẫy một thời gian thì bỏ vào Sài Gòn, dấn mình vào một cuộc "Lữ" khác. Cuộc "Lữ" này trầm trọng hơn những cuộc "Lữ" trước đó. Ít lâu sau, Quách Tấn cũng rơi vào trường hợp tương tự, nhưng ông chỉ bị một thời gian ngắn thôi, có lẽ nhờ đã đến tuổi "Thất Thập cổ lai hy".

Quách Tấn hiện đang đi chơi xa và không bao giờ trở về nữa. Tôi cứ tưởng tượng ông đứng nhìn một cây mai nở rộ trên một hòn núi cao nào đó, điều mà khi còn sống ông rất khát khao nhưng không bao giờ thực hiện được, như có lần ông đã đọc cho tôi nghe hai câu thơ của ông:

Tìm về núi cũ xem mai nở
Mộng bén ngàn xa hạc điểm canh

Còn Tuệ Sỹ thì vẫn chưa về...

Những lúc ngồi một mình nhớ Quách Tấn và Tuệ Sỹ, tôi cứ bâng khuâng tự hỏi: Tại sao có những người muốn đem hết cả tấm lòng của mình để hiến dâng cho cuộc đời mà họ vẫn bị cuộc đời đối xử một cách bất công? Vì tài hoa của họ chăng? Chữ tài đi liền với chữ tai một vần, như xưa nay ai cũng nghĩ như vậy. Theo tôi, quan niệm đó chỉ đúng một phần thôi, vì có biết bao nhiêu người tài hoa những nơi khác trên đời này, họ vẫn có hoàn cảnh, có điều kiện để đem tài hoa của họ ra mà hiến dâng cho cuộc đời?

Có một bài thơ của Quách Tấn, mà tôi nghĩ có thể tạm giải thích được. Ít nhất là trong trường hợp Quách Tấn và Tuệ Sỹ. Bài thơ ấy như thế này:

Bao phen bến hẹn đổi dời
Làng phong tao vẫn con người thủy chung
Gió lau thổi lạnh sóng tùng
Hương xưa thắm lại cụm hồng ngày xưa.

Phải chăng vì muốn "thủy chung" với "cụm hồng ngày xưa" ấy, mà Quách Tấn và Tuệ Sỹ phải chấp nhận số phận lao đao của mình?

V

Hồi chiều tôi vừa ghé thăm thi sĩ Quách Tấn. Trên đường trở về, nhìn nắng xế qua thành phố, nhìn cảnh sinh hoạt buồn tẻ của một thị xã ven bờ biển miền Trung, một ngày sắp qua. Điều này khiến tôi ưu phiền về Quách Tấn. Nghĩ đến tuổi già của ông, rồi nghĩ về cõi thơ cô tịch của ông mà lòng thấy ngậm ngùi. Tôi chợt nhớ lại hai câu thơ của Lý Thương Ẩn, hai câu thơ nói đến cuộc đời xế bóng:

Tịch dương vô hạn hảo
Chỉ thị cận hoàng hôn.

Mà Quách Tấn đã dịch trong Xứ Trầm Hương của ông như thế này:

Tịch dương cảnh đẹp vô ngần
Riêng thương chiếc bóng đã gần hoàng hôn.

Tôi tin chắc là khi dịch hai câu thơ trên Quách Tấn không nhiều thì ít đã ký thác tâm sự của mình vào trong đó, vì tôi biết năm nay ông đã 67 tuổi, tuổi của mùa đông cuộc đời.

Dường như, nơi con người của ông, tôi luôn luôn bắt gặp một quê hương xa xôi nào đó nằm sâu trong tiềm thức ông: Những đền đài xưa cũ, những ngôi chùa u tịch trong rừng sâu, những chuyện nghìn lẻ một đêm thời đại xanh mộng thuở ban đầu - Những điều này, Quách Tấn luôn luôn say sưa yêu mến kể lể trong hầu hết những tác phẩm của ông, như bức thông điệp mà ông muốn trao đến cho thời đại đau thương này.

Trước nhà ông có cây mận dù đã già nhưng vẫn xanh tươi hầu như suốt bốn mùa. Sau một thời gian đi xa, khi tôi trở lại thăm ông thì thấy mận đã mất. Tôi ngạc nhiên, chỉ ngạc nhiên mà không dám hỏi lý do vì tôi ngại gợi đến nỗi buồn cho ông. Tôi tự hỏi không biết cây mận bị ai đốn rồi thì hằng ngày ông tri âm với ai? - điều này chẳng có gì là lạ, vì ai đã từng đọc thơ ông thì thấy cây mận này đã buộc chặt vào đời ông như hình với bóng. Cây mận đã trở thành nhân chứng cho bao nhiêu là dâu bể xảy ra trong đời sống văn chương của ông. Chính dưới gốc mận này, những thi sĩ nổi danh của Việt Nam từ tiền chiến đã từng họp mặt như: Tản Đà, Chế Lan Viên, Hàn Mặc Tử, Bích Khê... và điều cảm động nhất mà tôi được biết là thi sĩ Tản Đà đã từng ở lại ngôi nhà này trong mấy hôm và đã ngồi tư lự nhiều giờ dưới gốc mận này. Sau hết là điều quan trọng mà tôi nghĩ đến cây mận, mà chính cây mận này là nơi gợi hứng vô tận cho những vần thơ của ông. Cây mận đã trở thành một tiểu vũ trụ riêng tư của ông. Ở đó, ông trốn gió, trốn mưa, trốn những cơn bão của tâm hồn, và những tiếng động ồn ào huyên náo nhất của thời đại cơ giới.

Đọc Quách Tấn là tìm lại tiếng đập rộn ràng của trái tim vũ trụ: ở đó thiên nhiên phơi mở. Nhất là giữa thời đại cơ giới này, chúng ta đã đánh mất chúng ta. Chúng ta đánh mất bằng những tiện nghi dễ dãi nhất, trong cái sinh hoạt của một ngày ta luôn luôn bận rộn, hai buổi ở công sở. Buổi chiều trở về nhà có nhật báo, có máy phát thanh. Tối đến có ti vi. Sống như vậy ta cứ nghĩ là sẽ chạy trốn được nỗi cô đơn, trốn được cái hoang lạnh của kiếp người. Nhưng không, càng chạy trốn bao nhiêu thì nỗi trống rỗng càng bám chặt ta bấy nhiêu. Bởi vì trái tim đã mất, và đời sống càng ngày càng cách ly với thiên nhiên.

Vì vậy, Quách Tấn đem trả lại cho ta sự quay tròn theo thời tiết điệu đời trời đất: sáng, trưa, chiều, tối. Rồi đến mùa: xuân, hạ, thu đông.

Đọc Quách Tấn ta tìm lại thời gian thực sự, nhưng thế nào là thời gian thực sự? Thời gian thực sự là thời gian không do trí óc con người bịa đặt ra, nó không được xác định bởi bất cứ cái gì của con người. Thời gian của con người là thời gian của tấm lịch, của đồng hồ trên tay, hay trên vách tường. Ta đã bon chen, lo lắng theo tiếng reo của đồng hồ, ta phải bon chen cho kịp đến công sở vì sợ trễ giờ, bởi vậy mà ta hốc hác, đau khổ. Còn thời gian thực sự thì không như thế, mà là thời gian theo thiên nhiên của vũ trụ.

Vào những thời đại xa xưa, thì thời gian đối với họ là buổi sáng nhìn triêu dương, buổi chiều nhìn tịch dương, đêm đến nhìn sao lấm tấm trên trời cao. Ngày rằm đến bằng mặt trăng tròn, và ngày rằm đi khi mặt trăng khuyết.

Mùa xuân được báo hiệu bằng đóa hoa đào, mùa hè đến bằng hoa phượng và mùa thu bằng hoa cúc hay những cây hòe trổ bông làm vàng rực cả đồi cao. Nhất là khí trời lành lạnh vào những chiều có gió heo may:

Nắng chiều thu trở lạnh
Buồn vương ngọn heo may.

Mùa đông đến âm thầm bằng những bước chân người nông phu dắt trâu ra đồng, và những con chim ngơ ngác bay tìm về tổ cũ để trốn tránh gió mưa:

Lá vàng buông gió lạnh
Trơ trọi nhánh thầu đâu
Bay về thăm tổ cũ
Ngơ ngác lòng chim sâu.
...
Nhớ thương tràn gió lạnh
Làng cũ bóng mây trôi.

Đọc hai câu thơ này khiến tôi nhớ quê hương da diết. Quê hương ở đây không nhất định là tỉnh táo hay miền nào, mà là quê hương mơ hồ trong tiềm thức. Đã từ lâu rồi, trên những nẻo đường lênh đênh, ta đã vô tình đánh mất, như ta đã đánh mất tuổi thơ. Rồi một chiều nào đó đi ngang qua một làng quê, ta chợt nghe tiếng sáo mục đồng:

Lặng lẽ nằm nghe sáo mục đồng.

rồi nhớ lại vườn cau sau nhà:

Vườn xưa muôn cách trở
Phảng phất mùi hoa cau.

Nhớ tiếng cu cườm vào những trưa hè trong lũy tre xanh, nhớ đồng lúa thơm, nhớ ngọn gió nồm:

Sóng gợn đồng lúa thơm
Hương theo ngọn gió nồm
Qua hàng tre nắng nhuộm
Dòn dã tiếng cu cườm.

Và rồi trong một đêm cô tịch nào đó, sau khi mọi hoạt động của con người đã bị dừng lại - giờ phút yên lặng nhất đã đến, từ xa vọng lại tiếng chuông chùa:

Mây nước nhiễm phong trần
Nơi đâu tình cố nhân
Những đêm buồn tỉnh giấc
Chùa cũ tiếng chuông ngân.

Có lẽ đã từ lâu rồi, trên những nẻo đường xuôi ngược, thi sĩ đã không còn nghe được tiếng chuông của ngôi chùa cổ thuở nào - rồi đêm nay bất chợt nghe lại. Niềm vui bừng dậy trong tâm hồn, thi sĩ chào đón tiếng chuông như chào đón một người bạn lâu năm nay trở về gặp lại.

Vào "những đêm buồn tỉnh giấc" ta nằm mà nhớ mông lung, ta cảm thấy như đã đánh mất một cái gì... tuổi thơ, quê hương trong dĩ vãng.

Ôi quê hương, sao đường trở về nghe xa xôi quá! Đọc Quách Tấn là miên man đi vào trong cõi mộng huyền bí của Á Đông. Ở đó mộng và thực không còn phân chia, mộng chính là thực và thực chính là mộng.

Trong suốt hai tập du ký của Quách Tấn: Nước non Bình Định và Xứ Trầm Hương, mới đọc vào ta cứ tưởng là chép về địa lý. Nhưng kỳ thực Quách Tấn không làm chuyện thông thường đó, điều mà ông muốn đạt đến là: thiên về phong cảnh, cổ tích, giai thoại, huyền thoại... là những cái dễ mất. Còn những gì thuộc về khoa học, thuộc về chuyên môn thuần túy, là những cái thường còn thì thường cho các nhà học giả. "... Với Quách Tấn, bất cứ ở đâu và lúc nào ông cũng triền miên trong thần thoại. Trong dãy Trường Sơn chạy dọc theo miền Trung này, ngày nay đâu là đâu có ai ngờ rằng, trước kia đã là bao nhiêu chuyện xảy ra: Con ngựa trắng của Nguyễn Nhạc ngơ ngác vì vắng chủ, đi lang thang một mình trong núi. Và ly kỳ hơn nữa là chuyện chàng Lía. Hồi xưa chàng sống một nơi mà "quang cảnh man dại. Người cứng bóng vía đến đâu, lúc gió quá cũng cảm thấy rờn người...". Và cứ như vậy, Quách Tấn đưa ta đi từ cảnh âm u này đến chuyện âm u khác, rợn người biết bao nhưng cũng thơ mộng biết bao. Ở khắp núi rừng Việt Nam hiện nay làm sao ta tìm lại dấu vết của ngôi chùa này: "Người đến viếng cảnh chùa, lòng không rửa mà trong, thân không cánh mà nhẹ, ngồi tựa bóng cây đón gió mát, tưởng chừng mình đã xa cách hẳn cõi trần tục":

Gió ru hồn mộng thiu thiu
Chuông chùa rơi rụng bóng chiều đầy non.

Nếu không có tiếng chuông lay mộng, thì mộng còn mãi chìm trong bóng mây ráng, hoặc làm con cò vương hương bay lơ lửng trong hồ sen yên tịnh... Nhưng mộng dù đã tỉnh, mà cơn hứng vẫn còn nồng... Tuy nhiên bóng chiều đã về tây, bóng tối đi tìm mối, và đôi cọp mun trong hang đá sau chùa kìa. "... Và biết bao chuyện lạ như vậy được Quách Tấn đem ra kể lại. hình như có lẽ Quách Tấn cảm thấy cô độc khi đem những chuyện như vậy mà nói giữa thời này: thời đại mà sự thống trị của lý trí đã quá mãnh liệt, tất cả đều ải chính xác, hiệu năng, nghĩa là phải hợp với khoa học. Còn mấy ai nghe theo ông: "Hỡi ai là người đồng thanh tương khí?",

Quách Tấn vẫn thường than thở như vậy, sau mỗi lần ông nhắc đến một chuyện hoang đường. Điều này chúng ta có quyền tin rằng: Quách Tấn muốn nuôi một hoài bão. Tôi nhớ Heigegger đã nói như thế này: "Từ khi thần linh biến khỏi mặt đất, thì thế giới bắt đầu trầm mình trong bóng tối". Thời đại này đã xua đổi thần linh, nghĩa là dánh mất bản lai diện mục của mình. Đó là lý do mà ta có thể hiểu tại sao Rimbaud bỏ Âu châu tân tiến, sống lang thang tận những sa mạc nóng cháy của Phi châu, và luôn luôn ngóng vọng về Đông Phương, và Hoelderlin mơ mộng trở về tắm lại tận nguồn dòng sông Indus ở Ấn Độ. Vào những thời đại xa xưa của nhân loại - thuở ấy, con người say sưa ca hát với thần linh, đùa giỡn với mặt trời, mặt trăng. Nhưng rồi cuối cùng đã từ bỏ quê hương của mình.

Quách Tấn muốn chỉ đường cho ta về lại cố hương xa xôi ấy. Trên đường về ta sẽ thấy bầu trời đẩy mùi thơm của mùi hương thuở nào:

Phảng phất hương trầm thoảng
Trời Thiên Y A Na

(Thiên Y A Na là nữ thần của Chiêm Thành trước kia) và núi sông thì đẩy mộng và chiêm bao:

Thanh bình câu chuyện cũ
Trời mộng bóng chiêm bao,
(Trích Thời tập số 15, 1974)

VI

*Bài này viết để tham dự hội thảo với chủ đề Phật giáo và văn
học Bình Định được tổ chức vào các ngày 3,4 và 5 tháng 8 năm
2018 tại Tu Viện Nguyên Thiều Bình Định.*

Trong bài *Đôi dòng cảm nghĩ* về cuốn *Võ Nhân Bình Định* của Quách Tấn và Quách Giao do nhà xuất bản Trẻ phát hành vào năm 2001. Giáo sư Mạc Đường, nguyên viện trưởng viện Khoa Học xã hội TP.HCM có cho biết rằng, họ Quách, mặc dù ông tổ vốn dòng Mân Việt nhưng không chịu sống dưới chế độ Mãn Thanh nên đã rời bỏ Trung Quốc di dân sang Việt Nam. Đến thế hệ Quách Tấn và con là Quách Giao đã trên 300 năm. Vì sống tại Tây Sơn đã nhiều thế hệ "nên họ Quách có biết dược nhiều sự kiện lịch sử ở địa phương. Nhất là thời đại Tây Sơn và phong trào cần Vương. Gia phả của họ Quách đều có ghi lại các sự kiện lịch sử quan trọng này.

"Thân mẫu của Quách Tấn, thuộc phái họ Trần mà vào thời Tây Sơn đã có đến bốn người con trai phục vụ dưới trướng quân Tây Sơn. Di tích còn lại ngoài bản phổ hệ còn có ngôi mộ xây bằng vôi to lớn, tọa lạc tại thôn Trường Định. Đó là mộ của cụ ông Trần văn Phàn làm quan đến chức cai cơ thời Tây Sơn.

Chính nhờ thân mẫu mà nhà thơ Quách Tấn có biết được khá nhiều tư liệu về nhà Tây Sơn và lãnh đạo cần vương Mai Xuân Thưởng. Bên cạnh mẫu thân còn có nhiều bác, chú, cậu và thân hào trong huyện kể lại những điều mắt thấy tai nghe cho nhà thơ ghi chép. Tập trung tư liệu trong suốt 60 năm, từ thuở đi học cho đến lúc có được sự nghiệp văn chương, nhà thơ luôn luôn mang trong lòng hoài bão viết về quê hương của mình.

Vào năm 1968 Quách Tấn cho ra mắt tập *Nước Non Bình Định*, năm 1988 lại viết về văn nhân Bình Định, phát huy văn thơ của bốn cha con nhà họ Nguyễn ở thôn Vân Sơn huyện An Nhơn (tác phẩm họ Nguyễn thôn Vân Sơn). Đồng thời cũng vào năm đó, ông lại cho ra cuốn nhà Tây Sơn, do nhà văn hóa thông tin Nghĩa Bình xuất bản.

Sau ba tác phẩm viết về Bình Định, ông còn nuôi hoài bão viết về võ Bình Định và hát bội Bình Định. Nhưng tuổi tác và nhất là bệnh tật đã không cho Quách Tấn toại nguyện, nên ông phải cùng con là Quách Giao cùng chung nghiên cứu và sáng tác. Ông qua đời đột ngột, Quách Giao con trai của ông đã dùng tư liệu của cha để hoàn tất hai tập *Võ Nhân Bình Định* và *hát Bội Bình Định*".

Trong số năm tác phẩm mà Quách Tấn đã viết về Bình Định đó, có lẽ tác phẩm *Nước Non Bình Định* là tác phẩm mà ông đã bỏ nhiều công sức và tâm huyết nhất. Khởi đầu từ 1958 đến 1964 thì mới hoàn thành, chưa nói những năm còn đi học ở Quy Nhơn cũng như khi ra trường đi làm việc thì lúc nào ông cũng bận tâm tìm tư liệu nữa.

Trong tập hồi ký *Bóng Ngày Qua*, Quách Tấn cho biết vì sao ông bỏ công sức quá nhiều như vậy:

"Tôi viết *Nước Non Bình Định* như một đứa bé quá thương yêu mẹ, phải bám vào cổ mẹ mà nói một cách ngọng ngịu rằng: "mẹ đẹp quá! Mẹ nhân đức quá! Con thương yêu mẹ quá, mẹ ơi!". Phải nói lên để cho vơi bớt nỗi lòng và để mong anh chị em trong gia đình chú ý đến mẹ, thương yêu mẹ gấp năm gấp mười lên"

Đọc câu trên của Quách Tấn khiến tôi liên tưởng đến nhà thơ Xuân Diệu trong bài thơ nổi tiếng *Cha Đàng Ngoài, Mẹ Đàng Trong*. Khi để cập đến quê cha thì lời thơ dù thương cảm nhưng có cái gì hơi chua chát chứ không ngọt ngào, nồng hậu như khi nói về quê mẹ mình:

Quê cha Hà Tĩnh, đất hẹp khô rang
Đói bao thuở, cơm chia phần từng bát
Quê mẹ gió nồm thổi lên tươi mát
Bình Định lúa xanh ôm bóng Tháp Chàm

Với Quách Tấn ngoài việc ca ngợi người mẹ Bình Định đẹp, hiền từ, nhân đức ra, thì gần như tác phẩm nào viết về Bình Định ông cũng đều nhấn mạnh, đó là hào khí ngút trời của người dân Bình Định. Chẳng hạn trong lời mở đầu, Quách Tấn đã viết:

"Ngày xưa-có lẽ ngày nay cũng vậy:

Học trò Bình Định ra thi
Thấy cô gái Huế chân đi không đành.

Để đi được cho đành, trước khi ra về, anh học trò Bình Định bèn rủ:

Mãi vui Hương Thủy Ngự Bình
Ai vô Bình Định với mình thì vô
Chẳng lịch bằng kinh đô
Bình định không đồng khô cỏ cháy
Năm dòng sông chảy
Sáu dãy non cao

Biển đông sóng vỗ dạt dào
Tháp xưa làm bút ghi tiếng
Anh hào vào mây xanh.

Mấy lời của anh học trò đa tình kia đã nói lên được những nét đại cương của tỉnh Bình Định.

Một tỉnh mà nền văn minh của Chiêm Thành còn để dấu nơi cổ thành, cổ tháp đã chịu tang thương trong bao nhiêu tinh sương mà tiếng anh hào của ba vua Tây Sơn ngày xưa và của Mai Xuân Thưởng, Tăng Bạt Hổ gần đây vang dội trong lòng người Việt Nam như tiếng sóng của Thị Nại vỗ vào Gành Ráng, Phương Mai, vỗ vào bóng mậy trời giăng mặt biển.

Bình Định đại khái là thế và phong cảnh Bình Định, như anh học trò đã thú thật, không có vẻ thanh lịch, không có vẻ yêu kiều, cũng không được tráng lệ. Nhưng rất hữu tình trong vẻ thuần phác, trong vẻ kỳ cổ, trong vẻ thâm u. Và những vẻ đẹp ấy vốn ẩn tàng chứ không bộc lộ, khách vô tình hay khinh bạc không dễ thấy được chân tướng của non sông".

Những năm cuối thập niên 60 của thế kỷ trước khi đọc được tác phẩm NNBĐ của Quách Tấn, mỗi lần có dịp về thăm quê, thăm chùa. Chùa tôi nằm dưới chân núi Bà, thuộc huyện Phù Cát chung quanh có núi non bao bọc. Mỗi chiều tôi thường ra đứng trên nền gạch đổ nát hoang tàn của Tân Phủ Càng Dương, một trong những căn cứ quân sự của nghĩa quân Tây Sơn lập ra để canh chừng mặt biển rồi ngóng vọng về rặng núi phía Tây. Nhưng dường như lúc nào cũng mờ khuất sau những đám mây. Rồi tôi nhờ đến mấy câu thơ mà Quách Tấn đã khiêm tốn bảo là ca dao Bình Định nhưng thật ra theo chỗ tôi biết là do ông sáng tác:

Vững vàng tháp cổ ai xây
Bên kia Thú Thiện, bên này Dương Long
Nước sông trong
Dò lòng dâu bể
Tiếng anh hùng
Tạc để nghìn thu
Xa xa con én liệng mù
Tiềm Long hỏi chốn vân du đợi ngày.

Thú Thiện, Dương Long là những cái tháp của người Chiêm Thành, vẫn đứng đó hơn mười thế kỷ nay như còn tiếc nuối cho một thời huy hoàng đã chôn sâu trong lòng đất.

Và dưới chân những ngọn tháp đó là nơi chôn nhau cắt rốn của Nguyễn Nhạc, Nguyễn Huệ, Nguyễn Lữ và Bùi thị Xuân ở hậu bán thế kỷ 18 cùng Mai Xuân Thưởng lãnh tụ phong trào cần vương vào thế kỷ 19 và cũng là nơi chào đời của nhà thơ Quách Tấn nữa.

Tất cả những con người được ca tụng là vĩ đại đều tha thiết và gắn bó với nơi mà mình đã sanh ra. Vua Quang Trung cũng không nằm ngoài thông lệ ấy. Chẳng hạn, giờ phút được xem là vinh quang nhất của đời mình, vị tướng bách chiến bách thắng vẫn không quên nhắc đến quê hương nghèo khổ của mình, một cách đầy hãnh diện trong *Chiếu Lên Ngôi* được tuyên đọc tại Núi Bân Thuận Hóa trước khi kéo đại quân ra Thăng Long quét sạch 29 vạn quân Thanh xâm lược để chúng biết "Nước Nam anh hùng là có chủ":

"Trẫm là người áo vải đất Tây Sơn, không một tấc đất, không có chí làm vua, chỉ vì lòng người chán ngán đời loạn, mong mỏi được vua hiền để cứu đời yên dân..."

Đúng hai thế kỷ sau tức là hậu bán thế kỷ 20 Quách Tấn cũng người đất "Tây Sơn áo vải" viết hai bài văn tế là *nhân dân Bình Định tế vua Quang Trung, nhân dân Bình Khê tế Tây Sơn Tam Kiệt* cùng bản tiểu sử được khắc bằng đá dưới tượng bán thân vua Quang Trung. Hai bản văn tế được tuyên đọc vào ngày mùng 5 tết trong lễ chiến thắng Đống Đa và ngày kỵ 3 Vua ngày 13 tháng 11,hằng năm trước 1975. Mỗi lần đọc hai bài văn tế và bản tiểu sử tôi có cảm tưởng là Quách Tấn đã làm sống lại trọn vẹn cái hào khí ngút trời mà Quang Trung Nguyễn Huệ và nhân dân Bình Định đã cống hiến cho tổ quốc vào hậu bán thế kỷ thứ 18.

Xin được trích một đoạn về vua Quang Trung trong bản văn tiểu sử *Tây Sơn Tam Kiệt:*

"Còn Vũ Hoàng sức mạnh cử đảnh, tài dụng binh như thần. Lại sùng thượng kinh văn, quý trọng đạo lý. Kẻ cao tài đạt đức được tôn kính bậc thầy văn võ dưới cờ đều những trang khai quốc tuấn kiệt.

Thân Bố y tay trường kiếm, Vũ Hoàng gồm cả khí tượng họ Hạng, họ Lưu.

Quả là cái thế anh hùng.

Năm Tân Mão (1771) thống tâm vì cảnh đất chia nước loạn, trăm họ hết chỗ đặt tay chân, ba anh em Vũ Hoàng chiêu tập nghĩa binh, chịu gian nan mà dấy nghiệp lấy thành Quy Nhơn làm căn cứ. Rồi đánh vào Nam, tiến ra Bắc. Lòng xa gần đều theo, trăm trận trăm thắng. Thanh thế nhà Tây Sơn lừng lẫy.

Riêng Vũ Hoàng,

Ba lần bạt thành Gia Định, ba lần vào Thăng Long. Thắng chúa Nguyễn, diệt chúa Trịnh. Thu non sông về một mối. Tạo nên cơ nghiệp Võ Thang.

Lại hai phen tảo quân xâm lược. Năm Giáp Thân(1784) đánh tan 300 chiến thuyền xiêm Là do Phúc Ánh lưu vong rước về.

Năm Kỷ Dậu(1789) quét sạch 29 vạn hùng binh Mãn Thanh do Duy Kỳ khất lân thỉnh về.

Do vậy mà dân tộc thoát ách vong nô.

Nhờ vậy mà tổ quốc vững nền độc lập.

Công thật cao như Trường Sơn.

Ân thật sâu như Nam Hải

Non sông đã định. Vũ Hoàng chăm lo việc trị bình:

Đắp quốc cơ theo tôn chỉ phú cường.

Sửa chính sự cho kỷ cương nghiêm túc.

Dùng chữ Nôm làm quốc gia văn tự.

Lập Sùng Chính Viện để đào tạo nhân tài.

Và cái nhục cống người vàng cho Trung Quốc rửa xong, Vũ Hoàng luyện tướng nuôi binh, quyết khôi phục phần đất Lưỡng Quãng.

Nhưng than ôi!

Năm sắt đá rèn gan, trời chưa kịp vá.

Khiến nhà Tây Sơn lâm vào bước suy vong.

Khiến nước Việt Nam lỡ mất cơ trường thịnh.

Tuy nhiên,

Danh Vũ Hoàng Vẫn cùng núi Trưng, Núi Tượng mà cao.

Và nhân dân Việt Nam vẫn ca rằng:

Non Tây áo vải cờ đào
Giúp dân dựng nước xiết bao công trình.

Nhưng không chỉ có Quách Tấn người của "Tây Sơn áo vải" ca tụng Quang Trung Nguyễn Huệ người của đất Tây Sơn mà giới trí thức thời đó cũng như bây giờ đều đồng loạt ca tụng chiến thắng vĩ đại của dân tộc ở hậu bán thế kỷ XVIII.

Ngô Ngọc Du, một nhà thơ đương thời đã tận mắt chứng kiến:

Thành Nam thập nhị kình nghê quán

Chiếu diệu anh hùng đại võ công

Nghĩa là:

Nơi thành phía nam của Thăng Long
Có mười hai đống chôn xác giặc xâm lăng
Càng làm rạng rỡ đại võ công của bậc anh hùng

Mà đến hậu bán thế kỷ 20 vẫn còn làm rung động những nhà thơ lớn, như Bùi Giáng trong thi phẩm nổi tiếng Mưa Nguồn có bài Nguyễn Huệ với những câu như:

Bàn chân người đạp xuống
Bàn chân người bước lên
Hà Hồi chuông trống giục
Mười vạn quân theo gót
Tha thiết một niềm tin
Mây trời cao chót vót
Dòng nước cũng động mình

Và theo tôi, tất cả người Bình Định chúng ta phải lấy làm hãnh diện hai câu thơ của Vũ Hoàng Chương sau đây:

Người ra Bắc oai danh mờ Nhật Nguyệt
Ôi! Ngàn năm rạng rỡ đất Quy Nhơn

Triều đại Tây Sơn tuy oanh liệt nhưng tồn tại quá ngắn ngủi không đầy 30 năm. Và điều lạ là sau khi Tây Sơn sụp đổ thì không thấy bất cứ một cuộc nổi dậy bằng võ trang nào để phục hồi nhà Tây Sơn? các tướng lãnh Tây Sơn mà hầu hết là người Bình Định, đã quá tiêu cực và nhu nhược chăng? Trong khi đó tên vua bán nước Lê Chiêu Thống đã chạy theo tàn quân Tôn Sĩ Nghị sang Trung Quốc, vậy mà vẫn có những kẻ trung thành nổi dậy chống lại nhà Tây Sơn như Dương Đình Tuấn ở Yên Thế (Bắc Giang) như nhóm Phạm Đình Đạt, Phạm Đình Phan, Phạm Đình Dữ hoạt động rất mạnh ở vùng Lạng Giang, triều đình phải chật vật lắm mới tiêu diệt được.

Như vậy, các tướng lãnh Tây Sơn quan niệm thế nào về chữ trung? Vốn được đặt hàng đầu ở các triều đạiphong kiến?

Trong tác phẩm *Võ Nhân Bình Định*, Quách Tấn có đề cập đến vấn đề này qua cuộc đối đáp giữa hai tướng Tây Sơn và Võ Văn Dũng người Phú Phong và Đặng Văn Long người huyện Tuy Phước.

Đại đô đốc Đặng Văn Long là người đã chỉ huy đoàn quân đánh vào đồn Khương Thượng ở phía tây thành Thăng Long, mở đường cho đại quân của vua Quang Trung tiến vào Thăng Long.

Sau khi vua Quang Trung băng hà, Cảnh Thịnh còn quá nhỏ để cho gian thần lộng hành. Đặng Văn Long chán ngán từ chức trở về quê dạy võ. Nhưng rồi nhận thấy kẻ học võ lúc này không có chí lớn, ai nấy cũng đều chỉ nghĩ tới quyền lợi riêng tư. Đặng Văn

Long liền đóng cửa trường lên núi làm rẫy sống qua ngày.

Một hôm tướng Võ Văn Dũng, lúc này đang trốn tránh triều đình Phú Xuân biết nơi ẩn náu của Đặng Văn Long nên tìm đến thăm. Gặp lại cố tri, Đặng tướng quân vui mừng khôn xiết, Nhưng khi nghe Võ Văn Dũng bàn đến chuyện phục hưng nhà Tây Sơn thì Đặng lắc đầu nói:

"Tôi ra giúp nhà Tây Sơn đâu phải vì nhà Tây Sơn mà chính là vì tổ quốc. Nếu giặc Mãn Thanh không đem quân sang chiếm nước ta thì tôi mãi mãi là con hạc nội, máu đâu phải dính tay.

Còn nhà Tây Sơn thì chính Cảnh Thịnh đã làm mất. Song nếu vua không bỏ đích lập thứ thì đâu đến nỗi như vậy?

Nay đất đã mất mà lòng người cũng mất, hỏi còn mong làm được gì nữa? mà dù có làm được thì làm để làm gì? Nếu không phải để tranh chiếm ngôi báu. Mà tranh ngôi báu cho ai? Cho nhà Tây Sơn hay cho chính mình? Thôi trên 30 năm trời đánh nhau, nhân dân đã quá điêu đứng rồi, không nên gieo rắc thêm tang tóc.

Võ tướng quân ra về, Đặng ở luôn trên núi cao. Trong nơi khói mây, không ai biết tướng Đặng Văn Long ở ngọn núi nào trong dãy Nam Sơn".

Như vậy, hầu hết các tướng lãnh Tây Sơn đều chỉ chủ trương trung thành với tổ quốc với dân tộc chứ không trung thành với một cá nhân hay một triều đại nào.

Trong *Nước Non Bình Định* phần viết về núi non có lẽ được đánh giá cao nhất, trong một bài viết khi tác phẩm vừa ra đời, cố học giả Nguyễn Hiến Lê có nói rằng, ông vốn rất say mê các cửa biển miền Trung. Nhưng trong *Nước Non Bình Định*, Quách Tấn chỉ dành 18 trang để viết về biển, nên đọc xong vẫn còn thấy thèm. Ngược lại trong chương viết về núi non Quách Tấn Đã dành đến 80 trang. Và Nguyễn Hiến Lê đã tóm lược 80 trang mà Quách Tấn đã viết về núi như thế này:

"Trong tám mươi trang có tới trăm ngọn núi. Tuy không cao lắm nhưng "Hùng Dũng Hiểm Tuấn" nhiều ngọn núi hình dáng kỳ dị như Mạ Thiên Sơn, đứng phía này mà ngó thì rất ngạo, hung tợn như "há miệng mắng trời" nhưng đứng phía khác thì trông lại rất hiển lành" lễ độ", có phía coi như ông Phật ngồi, có phía như hổ nằm, mà từ trên cao nhìn xuống như cánh buồm.

Có núi hình dáng không kỳ dị, mà sắc thì diễm ảo như núi Xương Cá, những buổi trưa nắng gắt ở xa trông vào thấy sát khí bốc lên ngùn ngụt. Còn vào những đêm trăng sáng, những buổi sớm tinh sương thì lóng lánh như hạt kim cương".

Và trong hồi ký viết về cuối đời, tôi nhớ Nguyễn Hiến Lê vẫn quả quyết rằng: "Nhất là cảnh núi non mà tôi tin chắc rằng không ai viết hay hơn Quách Tấn được".

Trong hồi ký viết về *Nước Non Bình Định* Quách Tấn trả lời một độc giả ở Phú Phong nói rằng, tôi vào Hầm Hô đánh cá luôn, tôi chỉ thấy đá là đá, chớ có thấy gì đẹp đâu mà ông Quách Tấn ca tụng đến như thế".

Quách Tấn trả lời "ông vào Hầm Hô với tấm lòng mong được nhiều cá thì có bao nhiêu vẻ đẹp của Hầm Hô đều chui hết vào bụng cá rồi còn đâu mà thấy đẹp".

Và tác giả NNBĐ kết luận: "cái đẹp sẵn có trong tạo vật và vốn không bờ bến khi thấy hay không thấy và thấy đến mức độ nào là tùy từng người vậy"

Là một thi sĩ Quách Tấn luôn luôn xác định rằng, khi viết hai tập du ký, *Nước Non Bình Định* và *Xứ Trầm Hương* ông chỉ nhấn mạnh về phong cảnh, cổ tích, giai thoại, huyền thoại, là những cái dễ mất. Còn những gì thuộc về khoa học, thiên về chuyên môn thuần túy là những những cái thường còn thì nhường lại cho các nhà nghiên cứu và học giả.

Vì thế cho nên ta thấy trong *Nước Non Bình Định* và *Xứ Trầm Hương* gần như lúc nao Quách Tấn cũng nhắc đến câu "khó tin rằng có, khó ngờ rằng không". Một lần ngồi trò chuyện về thi ca với ông, tôi đọc cho ông nghe bốn câu thơ của ngài Cưu Ma La Thập:

Tâm sơn dục minh đức
Lưu huân vạn do diên
Ai loan cô đồng thượng
Thanh âm triệt cửu thiên

Nghĩa là:

Ở trong núi nuôi dưỡng các đức tính chói sáng
Hương thơm tỏa ra hàng vạn dặm
Rồi cũng giống như con chim loan
Cất tiếng kêu buồn thảm trên cây ngô đồng
Âm thanh của nó vọng đến chín tầng trời

Ông trầm trổ khen ngợi hay quá và nói rằng "Tâm sơn dục minh đức" là điều mà tôi muốn thể hiện trong các tác phẩm của tôi đặt biệt là hai tác phẩm *Xứ Trầm Hương* và *Nước Non Bình Định*.

Nhưng giai thoại hay huyền thoại theo Quách Tấn không có nghĩa là mê tín dị đoan. Nơi trang 248 trong *Xứ Trầm Hương*, khi viết về chùa Linh Sơn ở Vạn Giã (Khánh Hòa), Quách Tấn đã để cập đến những vấn đề quan trọng như phép lạ, thần thông biến hóa, tức là những vấn đề mà thời nào, ở đâu cũng có một số người lợi dụng để khoe khoang về trình độ tu chứng của mình, nhằm mê hoặc những người thiếu hiểu biết, thiếu suy xét với mục đích không khác gì hơn là đem về lợi lộc cho bản thân mình:

Chùa Linh Sơn ở Van Giã được thành lập vào năm 1761, khai sơn là hòa thượng Đại Bửu, pháp hiệu Kim Cang Lão Tổ. Quách Tấn viết:

"Tục truyền rằng, khi hòa thượng đến ngồi tu thiền dưới gốc cây kén, thì con hổ đến sanh nở bên cạnh một cách tự nhiên", Quách tấn dặt câu hỏi và tự trả lời "không có gì lạ cả" vì sao? Ông dẫn chứng "bác sỹ Yersin khi đi tìm Đà Lạt, gặp một con rắn hổ mang cất cổ toan làm dữ. Bác sỹ đứng yên, hồi lâu rắn bò đi. Người ta ngờ rằng bác sỹ có thuật thôi miên. Nhưng bác sỹ Yersin giải thích:

- Thú dữ cắn người, trước hết là để tự vệ. Nhưng chúng đều có tánh linh và rất nhạy cảm. Một khi chúng đã thông cảm rằng mình không có ác tâm, không có ý làm hại chúng, thì chúng có cần hại mình làm chi".

Rồi Quách Tấn giải thích trường hợp ngài Đại Bửu trong tinh thần Phật Giáo "ngài Đại Bửu cũng thế, từ thiện căn lực của Ngài tỏa ra từ thiền định, khiến con hổ yên tâm lo nhiệm vụ của mình.

Các vị chân tu sống bình yên trên núi cao đều nhờ đức từ bi chứ không phải phép lạ, hoặc thần thông biến hóa mà chế ngự được thú dữ.

Nhưng người đời không hiểu rõ, tưởng ngài Đại Bửu có phép lạ, đến Quy y mỗi ngày một đông".

Cuối rặng núi Bà ở xã Cát Tiến, huyện Phù Cát có một ngôi chùa dù chùa có tên chính thức là Linh Phong nhưng người dân ở đây đều gọi là chùa Ông Núi. Theo Quách Tấn trong nước non Bình Định thì:

"Người địa phương gọi là Ông Núi, vì thấy nhà sư tu ở trên núi suốt năm.

Truyền thuyết nói rằng, Ông Núi dùng võ cây làm y phục, và ít khi xuống đồng bằng. Thỉnh thoảng cần lương thực thì Ông Núi mới gánh một gánh củi xuống chân núi để ở ngã ba đường, rồi lên núi trở lại. Hôm sau người trong vùng đem muối, gạo đến để đó rồi gánh củi đem về nhà chụm. Hôm sau Ông Núi đến nhận muối gạo, nhiều ít không cần biết, mất còn không bận tâm. Nhưng những khi trong vùng có bệnh dịch thì nhà sư đem thuốc xuống núi cứu chữa. Chữa xong lên núi ngay, một cái vái chào cũng không nhận.

Ông Núi viên tịch vào đời Tây Sơn(1771 – 1802). Hiện còn bảo tháp song có người bảo rằng tháp mới xây sau này để kỷ niệm, chứ thật ra Ông Núi đã bỏ đi mất từ khi gian thần Trương Phúc Loan chuyên quyền, trong nước loạn ly, nhân dân lầm than, Ông Núi một đi không trở lại và không biết đi về đâu.

Vào mùa hè năm Mậu Dần (1938) Quách Tấn đến viếng chùa. Ông đến để tìm lại cái hang đá mà Ông Núi đã từng tham thiền nhưng "hang đá bỏ vắng lâu đời, đương vào hang gai lấp, cửa vào hang mây phủ kín" chẳng thấy Ông Núi đâu hết, chỉ thấy cái tháp Ông Núi đứng trơ vơ trong nắng chiều:

Có chăng? Chăng mất: người trong tháp
Có đó mà không: núi ẩn cây.

Bởi vậy nên thi nhân chỉ còn biết:

Đành gửi nhớ thương chương ký ức

Nghìn sau khói nhạt mối tình xưa.

Dù không tìm thấy dấu vết của Ông Núi, nhưng Quách Tấn đã tìm thấy một buổi chiều, một buổi chiều mà ông đã ghi lại, bằng những câu rất đơn giản. Nhưng sau những câu đơn giản đó, ta có cảm tưởng như có một xanh vĩnh cửu vừa chớm dậy trong hồn thi nhân:

"Người đến viếng chùa, long không rửa mà trong, thân không cánh mà nhẹ. Ngồi tựa bóng cây đón mát, tưởng chừng mình đã xa hẳn khỏi trần tục:

Gió ru hồn mộng thiu thiu
Chuông chùa rơi rụng bóng chùa đầy non.

Nếu không có tiếng chuông lây mộng, thì mộng vẫn còn mãi trong bóng mây ráng".

Đọc mấy dòng đơn giản trên, tôi nhớ một người yêu thơ Quách Tấn đã nhận xét: "Người thơ chỉ sống trong một thoáng cũng bằng kẻ phàm trần sống một đời dài khi lòng đã đánh mất đi cái bản chất thanh tịnh của thiên nhiên".

Và có phai đúng như lời của Khổng Tử được truyền tụng từ gần 25 thế kỷ nay là người say mê cái đẹp của núi non là người nặng lòng nhân (Nhân Giả Nhạo Sơn?).

Chắc chắn là như vậy rồi. Những bài thơ tuy ngôn ngữ giản dị nhưng vô cùng hàm súc sau đây sẽ cho chúng ta thấy, tấm lòng của thi nhân, chẳng những đối với chim chóc mà ngay cả những bông hoa dại trên đương quê, cũng được thi nhân trân trọng và nâng niu trong cõi thơ của mình.

Vào một buổi chiều, có lẽ là buổi chiều mùa đông. Quách Tấn

đang đi dạo trên con đường quê, chợt ông nhìn thấy trên cành cây bênh vệ đường có một tổ chim. Nhìn kỹ thì ông thấy đó là tổ chim sâu. Con chim mẹ đang đút mồi cho chim con. Quan sát cảnh tượng đầy cảm động ấy. Quách Tấn đã ghi lại cảm xúc của mình trong một bài thơ có tên là *Nhánh Chiều*:

Chiều đọng nhánh mồ côi
Nhìn chim sâu đút mồi
Nhớ thương tràn gió lạnh
Làng cũ bóng mây trôi.
(Mộng Ngân Sơn)

Rainer Maria Rilke, thi sĩ của nước Đức, trong tác phẩm lừng danh *Thư Gửi Người Thi Sĩ Trẻ Tuổi*, đã khuyên những người làm thơ trẻ rằng, khi náo mà thấy tâm hồn mình cô đơn, cằn cỗi thì hãy hồi tưởng lại tuổi thơ bé bỏng của mình.

Đúng là như vậy rồi, cứ mỗi lần đọc hai câu:

Nhớ thương tràn gió lạnh
Làng cũ bóng mây trôi.

Là tâm hồn tôi lại tràn ngập một tình yêu mênh mông khó tả về một làng quê nghèo khổ ở dưới chân Núi Bà huyện Phù Cát nhưng lại rất có nhiều mây trắng và nắng vàng đã xa xôi.

Và chẳng phải sứ mệnh thiêng liêng của bất cứ thi sĩ chân chính nào trên mặt đất này cũng đều phải khơi dậy cho được tình yêu thương đó đến trên cuộc đời vốn dĩ thiếu vắng tình thương này hay sao?

Cũng vào một buổi chiều trên con đường quê, nhưng lần này thì lại khác hẳn, nghĩa là không phải nhìn chim sâu đút mồi nữa, mà

Quách Tấn lại nhìn thấy hai con Sáo Sậu đang tương tàn với nhau trên lưng con trâu:

Lưng trâu đôi sáo sậu
Không chút lòng thương nhau
Lông cánh tơi bời rụng
Ngày chiều gió thổi mau.
(Mộng Ngân Sơn)

Có lẽ với hầu hết chúng ta, quanh năm suốt tháng chỉ bận tâm đến những vấn đề mà chúng ta cho là đại sự, mà quên những gì có vẻ tầm thường và nhỏ nhặt, như chuyện hai con sáo sậu đang tương tàn với nhau chẳng hạn. Nhưng với Quách Tấn thì chuyện đó chẳng hề là tầm thường và nhỏ nhặt tý nào. Cứ đọc hai câu cuối:

Lông cánh tơi bời rụng
Ngày chiều gió thổi mau.

Thì ta có thể thấy được tâm trạng của ông khi nhìn thấy hai con sáo sậu tương tàn với nhau. Dường như, đối với ông lúc đó bầu trời như chợt tối sầm lại?

Nhân đây, tôi cũng muốn nói thêm là, dù trong thơ Quách Tấn có nhắc nhiều đến những cảnh mà chỉ có người đã sanh ra và lớn lên ở thôn quê thì mới biết "Co ro thân cò lép, bến lạnh đứng rình mồi", "Qua hàng tre nắng nhuộm, dòn dã tiếng cu cườm", "Lắc lư chim chèo bẻo, trên nền trời rạng đông", "Nắng nhuộm đồng lúa thơm, hương theo ngọn gió nồm" hay "Vườn xưa muôn cách trở, phảng phất mùi hoa cau" chẳng hạn, nhưng không phải vì thế mà chúng ta có thể xếp ông như một nhà thơ thuần tuý nói lên cái đẹp của đồng quê Việt Nam như Đoàn Văn Cừ, Anh Thơ hay Nguyễn

Bính mà theo tôi, phải xem Quách Tấn như một nhà thơ lúc nào cũng bâng khuâng đi tìm kiếm một quê hương tâm linh cho chính mình:

Chiều chiều trong nước Lại Giang chảy
Thấp thoáng buồm treo mộng cố hương.

Như Quách Tấn đã khẳng định nhu vậy trong tập thơ *Mùa Cổ Điển,* từ thuở còn trai trẻ của ông.

Dường như thi nhân là những kẻ trực nhận một cách mạnh mẽ hơn ai hết sự mong manh, thoáng chốc của mọi thứ mà con người tự cho là hạnh phúc trên cuộc đời này. Trong khi đoàn tụ thì thi nhân đã linh cảm đến lúc phải chia ly, trong cảnh vui vẻ đầm ấm của gia đình thì thi nhân đã nghĩ ngay đến những bất hạnh đang chờ trước mắt:

Ánh lửa hoang hôn đã lập lòe
Oanh Vàng còn nuối bóng hoa lê
Hỡi anh trương ná dừng tay lại
Cửa tổ con đang ngóng mẹ về.
(Động Bóng Chiều)

Quách Tấn có bi quan lắm không? Chắc chắn là không.Ông chỉ muốn nói lên một sự thật, dù sự thật ấy có hơi phủ phàng. Nếu bi quan thì làm sao ông có thể gần như "Van xin" con người hãy bớt tàn ác đi, đừng bóp chết những hy vọng mong manh của cuộc đời vừa mới chớm dậy?

Hỡi anh trương ná dừng tay lại
Cửa tổ con đang ngóng mẹ về

Đó là Quách Tấn đối với chim chóc, tức là những sinh vật cũng biết đau đớn, cũng ham sống và sợ chết như con người có lẽ chúng chỉ khác con người ở chỗ, con người biết tính toán hơn thua và nhất là đủ nhẫn tâm để tàn hại chúng mà thôi.

Còn đối với cỏ cây hoa lá thì sao? Mặc dù hầu hết chúng ta đều xem cỏ cây hoa lá là những vật vô tri, vô giác, là thứ khi nào cần thì chúng ta bẻ đem vào để trang hoàng cho những cuộc vui của chúng ta, xong cuộc vui thì đem vứt vào đống rác khổng lồ ở các thành phố mà không hề có một lời cảm ơn vì nó đã góp phần tô điểm cho cuộc vui vô bổ đó.

Quách Tấn có hai bài thơ nói lên hết tất cả tấm lòng của ông đối với hoa.

Trong *Mộng Ngân Sơn*:

Tình Quê phong nhụy thắm
Đơn chiếc nở bờ hương
Không nở đưa tay hái
Nghiêng lòng đón lấy hương
Và trong Giọt Trăng:
Thương hoa không nở hái
Hoa rụng lòng thêm thương
Vén cỏ chiêu hồn lại
Ngàn xanh hiu gió sương.

Đây không chỉ thuần túy là sự trang trọng của một nghệ sỹ trước vẻ đẹp của hoa, mà chắc chắn đã phát xuất từ tấm lòng của một tâm hồn đa cảm, xem hoa cũng có tâm hồn như chính mình.

Đọc hai bài thơ trên của Quách Tấn tôi lại liên tưởng đến thiền sư Huyền Quang đời Trần ở thế kỷ thứ 13.

Thiền sư vốn rất mê bông cúc, ông có đến những sáu bài thơ vịnh bông cúc. Trong sáu bài thơ đó, có một bài ông trách nhẹ các cô gái không thấy được vẻ huyền diệu của hoa, mà cứ đến đâu hễ thấy hoa là ngắt cài đầy lên mái tóc của mình rồi mới chịu ra về:

Niên niên hòa lộ hướng thu khai
Nguyệt đạm phong quang thiếp thốn hoài
Kham tiếu bất minh hoa diệu xứ
Mãn đầu tùy đáo tháp quy lai.

Nghĩa là:

Hàng năm cùng sương móc, vào thu hoa cúc nở
Trăng thanh gió mát, thỏa thích tấc lòng
Thật đáng cười cho kẻ không thấy vẻ huyền diệu của hoa
Đến đâu là hái hoa dắt đầy đầu mà trở về.

Ta có thể giải thích như thế này, nếu như tất cả con người trên mặt đất ai cũng thấy được vẻ huyền diệu của hoa như thiền sư Huyền Quang ở đời Trần và thương hoa nhưng không nỡ đưa tay hái chỉ nghiêng mình đón lấy hương như Quách Tấn ở hậu bán thế kỷ 20, thì có lẽ nhân loại ở ngày hôm nay đã tránh được hậu quả vô cùng tai hại như thiên tai, bão lụt, động đất và nhất là trái đất ngày càng nóng lên như các nhà môi sinh đã báo động liên tục chăng?

Trước khi dứt lời, xin được trở lại dòng sông Côn trong *Nước Non Bình Định*, con sông quan trọng nhất trong 5 dòng sông của đất Bình Định.

Theo Quách Tấn, sông manh nha bắt nguồn từ 3 tỉnh: Quảng Ngãi, KonTum và Bình Định rồi chảy xuống thị trấn Phú Phong qua làng Kiên Mỹ trước nhà vua Quang Trung, nên trong bài văn tế vua Quang Trung, Quách Tấn viết:

Dòng côn thủy mây lồng thức gấm
Mãn vui tình mai liễu độ xuân
Đỉnh Tây Sơn gió cuộn sóng tùng
Chạnh tưởng đấng anh hùng cứu quốc.

Nhưng vì sao lại đặt là Côn Giang?

Quách Tấn giải thích:

"Chữ Côn mượn trong Nam Hoa Kinh của Trang Tử.

"Biển Bắc có loài cá Côn. Bể lớn của Côn không biết mấy nghìn dặm. Côn hóa thành chim gọi là Bằng. Lưng của Bằng rộng không biết bao nhiêu dặm. Vùng vẫy bay, cánh như đám rũ ngang trời. Loài chim ấy khi biển động thì dời sang biển Nam. Biển Nam là ao trời. Khi Bằng dời sang biển Nam thì nước sóng sánh ba nghìn dặm. Liệng theo gió lốc mà lên chín vạn dặm. Đi cứ sáu tháng mới nghỉ".

Mượn tên Côn mà đặt cho sông, cổ nhân dụng ý cầu mong cho con cháu sanh trưởng trên đất đã sản xuất các bậc hào kiệt như Nguyễn Huệ, Bùi thị Xuân, Mai Xuân Thưởng… mà dòng sông Côn nhuần thắm, có ngày trỗi dậy "quạt cánh Bằng bay chín vạn tầng cao…". Nếu không được như thế, thì ít ra cũng đừng làm những giống cá con con hễ thấy mồi con là đớp".

Đó là hoài bão, là kỳ vọng mà Quách Tấn tiên sinh đã gửi đến cho tất cả người dân Bình Định của chúng ta hiện nay và cả mai sau nữa chăng?

Nha Trang, cuối xuân Mậu Tuất
(2018)

THƠ BÙI GIÁNG
VÀ TUỔI TRẺ LANG THANG
TRÊN HÈ PHỐ SÀI GÒN

I

Vào khoảng cuối năm 1971 hay đầu năm 1972 gì đó, Bùi Giáng dọn về ở luôn trên lầu ba, thuộc khu nội xá của Viện Đại Học Vạn Hạnh. Dù đã đến Sài Gòn trước đó nhiều năm, nhưng chỉ sau khi ở gần với Bùi Giáng thì tôi mới có dịp biết nhiều hơn về những con đường phố ở Sài Gòn.

Có lẽ, cũng như hầu hết người trẻ tuổi thời bấy giờ, Sài Gòn với tôi vẫn có sức quyến rũ lạ lùng. Dường như, chính từ thành phố ấy, mà tuổi trẻ của tôi mới cảm nhận được một cách mông lung rằng, có mùa xuân đầy hương sắc trên cuộc đời này mà tuổi trẻ của tôi vẫn muốn đưa tay với bắt nhưng chưa được? Hay có lẽ sẽ không bao giờ được? Ví có bao giờ ta bắt được một tia nắng đẹp mong manh của buổi chiều xuân bao giờ đâu?

Chạy đi em! Và bắt vội giùm cho
Ta em nhé ta chờ tay em bắt.
Giùm chút nắng chiều ngọn cây lay lắt
Nắm và cầm đưa lại giúp cho ta.
Trẻ (Mưa Nguồn)

Bài những nhành mai của Bùi Giáng có lẽ mới là bài mà dạo đó tôi say sưa đọc, vì bài thơ đã khơi dậy được tất cả những hoài vọng nhiệt nồng của tuổi trẻ:

Buồn phố thị cũng xa bay như gió
Cộ xe nhiều cũng nhảy bổng như hươu
Bờ cõi dựng xuân xanh em còn đó
Bến đào nguyên anh khoác áo khinh cừu.
Nhành Mai (Mưa Nguồn)

Nhưng Sài Gòn mà tôi thường đi lang thang với Bùi Giáng lại không phải là Sài Gòn dưới cái nhìn của đám đông thiên hạ. Những thị dân áo quần chải chuốt tập trung ăn nhậu ở các nhà hàng, hoặc nối đuôi nhau đứng đợi mua cho được một vé xi nê, mà Sài Gòn ở đây lại là, tại các hẻm hay những góc phố vắng vẻ. Ở đó, có các quán cóc bán cà phê và các thức ăn rẻ tiền mà giới đạp xích lô hay những người lao động chân tay mới thường lui tới. Bùi Giáng rất thích đến ngồi ở những quán này, vì những người lao động này họ chẳng hề biết ông là ai, và nhất là họ cũng chẳng bận tâm về chính họ làm gì. Chẳng hạn, họ chẳng bao giờ nghĩ rằng mình là trí thức hay nghệ sĩ gì cả. Bùi Giáng rất khó chịu khi phải ngồi nói chuyện với những người mà từ lời nói đến cử chỉ lúc nào cũng đầy vẻ trịnh trọng.

Chúng ta dường như lúc nào cũng thích khoác cho mình một chiếc áo thật đẹp, hay tự sửa soạn chỗ ngồi của mình thật lộng lẫy, để rồi tự cảm thấy thỏa mãn khi ngồi vào chỗ ngồi ấy?

Còn thi nhân? Chẳng phải thi nhân là kẻ đã đánh phá tan tành những công ước giả tạo ấy, để chỉ cho con người thấy được vẻ đẹp mênh mông của cuộc đời đó sao?

Nhưng chúng ta có nên đem chuyện riêng tư của một người cô độc để nói ở đây không?

Theo tôi, thì chẳng có gì là riêng tư đối với Bùi Giáng. Tất cả những gì gọi là riêng tư, thật ra chỉ là cái đãy vải trên vai, trong đó chỉ đựng xấp giấy trắng, cây bút để làm thơ trên bước đường lang bạt mà thôi.

Có lẽ ít có nhà thơ nào đã dám sống hết mình, sống tận cùng với cát bụi như Bùi Giáng đã dám sống một cách trọn vẹn như vậy.

Và chúng ta có thể nói rằng, chính từ đời sống như vậy, mà tiếng thơ Bùi Giáng đã ra đời. Qua tiếng thơ đó, Bùi Giáng đã khẳng định với chúng ta rằng, không phải cuộc đời chỉ có đau khổ, lầm than và đầy bóng tối, mà vẫn còn có bầu trời cao rộng nữa, nếu chúng ta biết ngẩng mặt lên để mà nhìn:

Trần gian hỡi! Tôi đã về đây để sống
Tôi đã tìm đâu ý nghĩa của lầm than
Tôi ngẩng mặt ngó ngàn mây cao rộng
Tôi cúi đầu nhìn mặt đất thấp đen.
Phụng Hiến (Mưa Nguồn)

Và cuộc đời, với hầu hết chúng ta chắc chắn không có chủ đích nào khác hơn là săn đuổi cho được cái mà ta thường gọi là hạnh phúc? Nhưng chúng ta đi tìm hạnh phúc ở đâu? Hạnh phúc trong sự tích lũy tài sản? Hạnh phúc có nghĩa là nhiều tiện nghi vật chất cho đời sống? Hay cao hơn một mức nữa, là phải đấu tranh hay có khi phải sát phạt lẫn nhau để có một địa vị nào đó trong xã hội? Nhưng tất cả những thứ này đều không đem lại hạnh phúc lâu dài, vì chắc chắn một ngày không xa nó sẽ tuột khỏi tầm tay, và sự đau khổ lập tức sẽ đến với chúng ta ngay. Nhưng điều tác hại nguy hiểm nhất vẫn là, ví suốt đời ta cứ chạy theo những hình ma bóng quế này, thì trái tim của ta dễ bị bại liệt. Khi trái tim đã bị bại liệt rồi thì chúng ta sẽ không còn biết rung động trước mọi vẻ đẹp của đất trời nữa. Phải chăng khi con người không còn biết rung động trước cái đẹp, thì con người sẽ chỉ sống trong ích kỷ và tàn bạo?

Còn thi nhân thì ngược lại, mỗi giây phút sống trên đời này, đều là mỗi giây phút thiêng liêng. Vạn vật đối với họ như có linh hồn, vì đang cùng với trái tim của họ rung lên bao nỗi chờ mong:

Tôi đã gởi hồn tôi biết mấy bận
Cho mây xa cho tơ liễu ở gần
Tôi đã đặt trong bàn tay vạn vật
Quả tim mình nóng hổi những chờ mong.
Phụng Hiến (Mưa Nguồn)

Và theo tôi, sở dĩ người nghệ sĩ ấy tự chọn cho mình một đời sống lao đao lận đận như vậy, chẳng có mục đích nào khác hơn là muốn chia sẻ với con người một chút đau khổ giữa cái khổ lớn lao mà con người đang phải gánh chịu, với hi vọng đốt lên được ngọn lửa của tình thương mà vốn dĩ đã quá nguội lạnh trên cuộc đời này, như thi nhân đã một lần phát đại nguyện:

Xin mãi yêu và yêu nhau mãi
Trần gian ơi! Cánh bướm cánh chuồn chuồn

Con kiến bé cùng hoa hoang cỏ dại
Con vi trùng sâu bọ cũng yêu luôn.
Phụng Hiến (Mưa Nguồn)

Tình yêu ấy sẽ vượt thắng tất cả. Kẻ nào đã cưu mang tình yêu đó trong trái tim, thì dù mai này có chết đi, nhưng tình yêu ấy vẫn còn nguyên vẹn:

Còn ở lại một ngày còn yêu mãi
Còn một đêm còn thở dưới trăng sao
Thì cánh mộng còn tung lên không ngại
Níu trời xanh tay với kiễng chân cao.
Phụng Hiến (Mưa Nguồn)

Và khi một kẻ đã sống vì sự đau khổ của con người thì đời sống của họ cũng rất giản dị. Họ sống khiêm tốn với những sự vật gần như vô danh và im lặng giữa đất trời. Những sự vật mà chúng ta đã vô tình đã đánh mất giữa đời sống hàng ngày. Chúng ta đánh mất tại vì chúng ta cứ nghĩ rằng nó chẳng giúp ích gì cho đời sống quá thực tế của chúng ta cả. Nhưng với thi nhân, thì tất cả đều là thơ, tất cả đều là mộng:

Đường cong có cỏ mọc ven bờ
Cây đứng trong vườn là chuối tơ
Chó sủa sớm chiều đi qua ngõ
Gà con mất mẹ chạy bâng quơ.
Bờ Trần Gian (Mưa Nguồn)

Đời sống thì giản dị như vậy, nhưng hoài vọng của họ đối với cuộc đời thì lại mãnh liệt vô cùng:

Sầu một thuở đất mòn không tiếng nói
Một ngàn năm trăng giải tuyết băng buông

Anh gởi đi ngàn sóng cuộn thác nguồn
Để thấy mãi rằng thơ không đủ gọi.
Đủ Gọi (Mưa Nguồn)

Một buổi trưa hè nóng bức cũng tại một quán cóc trên vỉa hè Trương Minh Giảng (bây giờ Lê Văn Sĩ) của Sài Gòn thời đó. Bùi Giáng đang ăn tô mì Quảng (thứ mì phát xuất từ Quảng Nam - quê hương của ông), còn tôi thì ngồi nhâm nhi cà phê nhìn thiên hạ đi lui đi tới ngoài đường phố. Đang ăn bỗng Bùi Giáng ngừng lại và nói với tôi: "Ta ăn hai ngàn tô mì Quảng nữa ta chết".

Câu nói chỉ là nói đùa, nhưng đối với tôi thì không phải đùa chút nào, vì tôi biết rằng, câu nói ấy đã vô tình thể hiện tất cả nỗi ưu tư quần quại của Bùi Giáng về cái chết của chính ông và tất cả chúng ta, những người đang sống trên mặt đất này.

Đã hơn bốn thập niên qua rồi, vậy mà từ giọng nói đến cái nhìn thật xa xôi của Bùi Giáng vào buổi trưa hè năm ấy, đến nay vẫn còn đọng lại trong hồn tôi. Những khi ngồi nhớ lại những năm tháng đã sống bên Bùi Giáng cùng với hàng ngàn bài thơ mà ông đã làm trên bước đường lang thang phiêu bạt, thì bài thơ đã ảnh hưởng sâu đậm nhất đối với tôi chắc vẫn là bài ông viết về cái chết.

Có lẽ, chúng ta phải tập lân la trú ngụ gần bên cái chết, thì mới thấy được sự sống là thiêng liêng chăng?

Rồi mai đi về xứ nào chẳng biết
Đỗ Quang ơi và có lẽ Quyên ơi
Đi lìa xa xứ sở của mặt trời
Thì chuyện cũ cũng như từng chưa biết
Tôi chẳng rõ cội nguồn tôi ly biệt
Dấu tiên sa và ngấn tích tiên nga

Bờ giạt bèo hay trôi bến lạnh trôi hoa
Ngày ngóng mộng hay đêm ngờ máu chảy
Xuân thơ dại hay đông tàn thu gãy
Chút tình xưa Đông Á mất đâu rồi.
Rồi mai đi về xứ nào chẳng biết
Những người em hãy ở lại bên đời
Nô hay đùa xin cứ mỉm hai môi.
Mai Đi (Sa Mạc Phát Tiết)

Và đâu phải vì cái chết mà chúng ta không còn hi vọng vào cuộc đời. Vì sao? Đây có lẽ thông điệp mà Bùi Giáng muốn gửi tới cho tất cả những người trẻ tuổi hôm nay chăng?

Em bảo rằng,
Đừng tuyệt vọng nghe không
Còn trang thơ thắm lại với trời hồng.
Phụng Hiến (Mưa Nguồn)

"Cái đẹp sẽ cứu chuộc thế giới", như văn hào Nga Dostoievski đã một lần phát biểu như vậy.

II

Đêm đêm đội nón lên chùa
Hỏi thăm Phương Trượng một mùa mưa xuân.
Bùi Giáng

Khi nhà xuất bản An Tiêm cho phát hành Lời Cố Quận, tác phẩm của triết gia Đức Martin Heidegger giảng giải thơ Hoelderlin do Bùi Giáng dịch. Một bữa nọ, có lẽ từ nhà xuất bản về, Bùi Giáng cho tôi một bản đặc biệt, rồi ông nói với tôi: "Tao có trích một bài thơ của mày trong đó". Bùi Giáng vẫn thường gọi tôi "mày" và xưng "tao" với tôi như vậy. Tất nhiên tôi rất hãnh diện vì được Bùi Giáng đã xem tôi như người rất thân của ông. Cầm quyển sách trong tay, tôi cứ nghĩ là Bùi Giáng chỉ nói vậy cho vui thôi, vì tôi thì chỉ biết đọc thơ chứ đã làm được bài thơ nào đâu mà trích với dịch. Biết vậy, nhưng tôi vẫn lật từng trang để tìm thử, thì quả là có bài thơ để tên tôi thật. Bài thơ ấy cho đến hôm nay tôi vẫn còn nhớ, bài thơ như thế này:

> *Giọt mù sương cố quận*
> *Bước chân về dặm xa*
> *Xa vời bóng Thích Ca*
> *Con đi từ ngõ hẹp*
> *Con đi từ nhớ mong*
> *Một con đường đi vòng*
> *Đến bên chân rừng núi*
> *Con ngồi bên bờ suối*
> *Kính tặng một bài thơ.*

Sau 1975 vì phải dời đổi chỗ ở nhiều lần, nên sách Bùi Giáng của tôi gần như thất lạc hết, trong đó có quyển Lời Cố Quận. Bởi vậy nên hiện giờ tôi cũng chẳng còn nhớ bài thơ đó nằm ở trang mấy nữa, nhưng tôi vẫn nghĩ rằng, dù có sách của Bùi Giáng ở bên mình hay không thì cũng chẳng quan trọng gì mấy. Vì Bùi Giáng vẫn hiện diện sẵn đó, trong tâm hồn sâu thẳm của tôi, không phải chỉ tác phẩm thôi, mà còn cả chính cuộc đời của ông nữa, một cuộc đời có thể nói là đã hiến dâng trọn vẹn cho thi ca, cho cái đẹp của cuộc đời vậy.

Dưới bài thơ, tôi còn nhớ Bùi Giáng viết: "Đó là bài thơ tuổi nhỏ phát Bồ Đề tâm thăm thẳm và hy hữu của Đại đức Thích Phước

An". Tôi đọc chậm rãi từng câu và xúc động vô cùng. Xúc động không phải vì mình được đứng tên một bài thơ không phải do chính mình làm ra, cũng không phải vì được Bùi Giáng lưu tâm, mà xúc động vì qua bài thơ đó, Bùi Giáng đã mở mắt cho tôi thấy tuổi thơ cũng như con đường tôi đang bước đi thơ mộng và cao đẹp biết chừng nào. Vậy mà dường như tôi đã vô tình quên mất, để chạy theo cái đẹp phù phiếm bên ngoài.

Tôi nhớ có một lần Bùi Giáng đã hỏi tôi sanh ở thôn quê hay thành thị? Đi tu hồi mấy tuổi? Tôi hơi ngạc nhiên, vì nghĩ rằng ở vào địa vị của ông thì ông bận tâm chi đến chuyện riêng tư của người khác, nhất là người đó còn nhỏ và chưa làm được chuyện gì ra hồn cả. Nhưng vì thấy ông hỏi rất nghiêm chỉnh chứ không hỏi cho có hỏi, nên tôi khai thật với ông rằng, vì mồ côi cha từ hồi mới sanh, nên được ông chú đang Trụ trì một ngôi chùa tại vùng quê hẻo lánh ở Bình Định đem đi tu tận hồi 7, 8 tuổi gì đó. Khi nghe tôi nói sanh ở thôn quê thì Bùi Giáng gật đầu: "Vậy là được rồi". Tôi không nghĩ là Bùi Giáng nói để an ủi tôi, mà ông nói rất thật theo quan niệm của ông, vì có một lần ngồi uống cà phê sáng với ông ở một cái quán gần chợ Trương Minh Giảng, quán có rất đông người. Bùi Giáng nhìn đám đông có vẻ hơi bực bội rồi ông nói với tôi:

"Bọn làm văn nghệ văn gừng suốt cả đời chỉ chạy lui chạy tới mấy cái quán cà phê mắc dịch ở Sài Gòn này, chẳng bao giờ bọn chúng nhìn thấy núi cao biển rộng hay sông dài, thì chúng làm được cái trò trống gì chứ?"

Và Bùi Giáng cũng đã nhiều lần kể cho tôi nghe, hồi thời kháng chiến chống Pháp, ông đã từng một mình mang ba lô trên vai đi bộ từ Huế ra đến Hà Tĩnh. Bùi Giáng đến Hà Tĩnh vào một buổi chiều có nắng rất đẹp. Nhưng ông nói, người dân ở xứ ấy nghèo khổ quá, phải thay trâu bò mà kéo cày, nhưng ông cho rằng, chính từ cái nghèo khổ ấy nên mới tạo ra những thiên tài vô song của Hồng Lĩnh (Bùi Giáng muốn nói đến Nguyễn Du ở thế kỷ 18 và Huy Cận bây giờ). Về sau ý này được ông viết lại trong bài viết về Huy Cận trong tập Đi Vào Cõi Thơ, một tác phẩm bình thơ nổi tiếng của ông.

Cũng thế, phải được sinh ra và lớn lên từ một vùng quê nghèo khổ ở miệt nhà quê Quảng Nam thì Bùi Giáng mới làm được những câu thơ chết người như thế này:

Ruộng đồng không mọc lúa mùa
Từ hôm cánh mỏng cò lơ tiếng buồn
Đêm nào nhỏ giọt khe mương
Đêm nay rớt hột mù sương bây giờ.

Chắc chắn có một số người nghĩ rằng thơ là một thứ gì rất vô ích, chỉ để dành cho những người vô công rỗi nghề ngồi mơ mộng vớ vẩn. Nhưng chắc chắn có một số người sẽ nghĩ ngược lại rằng thơ có một sức mạnh lạ lùng, sức mạnh ấy có thể làm thay đổi triệt để tâm hồn cũng như cách nhìn của con người đối với cuộc đời.

Với tôi, hễ mỗi lần đọc bốn câu thơ trên của Bùi Giáng là mỗi lần tôi cảm thấy như thương yêu cuộc đời này hơn, ngay cả những ngày ấu thơ bơ vơ lạc lõng ở một vùng quê nghèo khổ dạo nào cũng trở thành đáng yêu một cách lạ lùng.

Vào khoảng cuối năm 1973 tôi có viết được một tùy bút ngắn nhan đề là Tuổi thơ nghe cọp rống, được đăng trên báo Thời Tập, một bán nguyệt san văn nghệ rất nổi tiếng thời bấy giờ. Đại khái tôi muốn nói lên lòng say mê của tôi đối với ngôi chùa mà tuổi thơ tôi đã từng in dấu. Trên đầu bài viết tôi có trích hai câu thơ của Bùi Giáng:

Sẽ đi cùng bước chân mùa
Bóng vang sầu cũ tháp chùa rộng thênh.
(Mưa Nguồn)

Khi báo phát hành thì không có Bùi Giáng ở Sài Gòn, ông đang đi ngao du ở tận miền Lục tỉnh. Một buổi chiều tôi đang ăn cơm với quý thầy ở đại học Vạn Hạnh thì Bùi Giáng về, ông hối tôi ăn cơm nhanh lên để ông có chuyện cần nói gấp. Ăn xong tôi ra hành lang gặp ông, ông nói: "Tao đang đi dạo phố ở Cần Thơ thì có một cô gái bán sách rất đẹp, kêu tao vào đưa cho xem tờ Thời Tập, cô ấy bảo hai câu thơ tao làm rất hay, mà bài viết của mày lại còn hay hơn". Tôi biết là chẳng có cô gái nào khen cả mà Bùi Giáng bày chuyện như vậy để khuyến khích tôi vậy thôi. Nhưng dù sao một người mới tập tành viết lách như tôi mà được Bùi Giáng khen thì nhất định phải sung sướng hơn được các cô gái khen rồi.

Nhiều khi đọc những câu thơ của Bùi Giáng nhắc đến ngôi chùa, tôi ngạc nhiên tự hỏi, tại sao ông lại có thể cảm nhận được hết tất cả cái đẹp tịch liêu của những ngôi chùa, nhất là những ngôi chùa ở tận xóm quê xa xôi mà những người ở đó suốt đời chưa chắc họ đã cảm nhận được? Tại ông là kẻ lữ hành cô độc chăng? Vì cô độc nên mới có cái nhạy cảm xuất thần đến như vậy chắc?

Vào thôn xóm nọ một chiều
Qua xuân tới hạ ghé chùa chiền hoa.

Bùi Giáng bắt đầu biết đến Phật giáo khi ông còn đi học ở Quảng Nam. Hồi ấy thỉnh thoảng ông có đến dự các lớp học Phật do bác sĩ Lê Đình Thám phụ trách (tưởng cũng cần nhắc lại là bác sĩ Lê

Đình Thám pháp danh Tâm Minh là một trong những người có công nhất trong cuộc chấn hưng Phật Giáo vào những năm đầu thế kỷ 20. Bác sĩ cũng là thầy của nhiều bậc cao tăng của Phật Giáo Việt Nam hiện nay và đồng thời là người đồng hương của Bùi Giáng).

Bùi Giáng kể rằng, có một bữa ông đã đứng nghe say sưa bác sĩ Thám giảng kinh Hoa Nghiêm, vì vậy mới có hai câu thơ này trong Mưa nguồn:

Cõi bờ con mắt hoa nghiêm
Tường vôi lá cỏ lim dim vô cùng.

Và có lẽ cũng từ ngày ấy, tại Việt Nam xuất hiện một cõi thơ mà ngôn ngữ của cõi thơ ấy cũng hoành tráng, cũng tuôn chảy ào ạt. Phải chăng cõi thơ ấy đã gợi hứng cũng từ suối nguồn Hoa Nghiêm kinh của Phật giáo?

Vì con mắt một lần kia đã ngó
Giữa nhân gian bủa dựng một bầu trời
Đài vũ trụ hồn chiêm bao rạng tỏ
Một nụ cười thế giới sẽ chia đôi.
(Mưa Nguồn)

Lần đầu tiên tôi được nghe nhắc đến tên Bùi Giáng là vào năm 1961, khi tôi đang còn là một chú tiểu ở Phật học viện Hải Đức Nha Trang. Hồi ấy có lẽ do tánh hay tò mò của trẻ con, nên tôi thường leo lên Thiền thất của Phật học viện đứng ngoài cửa sổ để nhìn vào phòng của một thanh niên trẻ khoảng chừng 20 tuổi, mà tôi thường được các thầy lớn tuổi nói là thông hiểu đến năm sáu ngôn ngữ. Cả ngày gần như thanh niên này không ra khỏi phòng, lúc nào cũng bận rộn với đủ thứ sách chất đầy trên bàn viết cũng như cả trên giường ngủ. Người thanh niên ấy không ai khác hơn chính là anh Phạm Công Thiện. Có lẽ vì thấy tôi còn nhỏ mà lại thích đọc sách, nên tôi được anh rất thương, anh cho tôi xem các bài viết của anh, trong đó có bản thảo về Bồ Đề Đạt Ma cùng một số chương của tác phẩm Ý Thức Mới Trong Văn Nghệ Và Triết Học, anh cũng còn cho tôi xem các bài thơ của Hoàng Trúc Ly, của Hoài Khanh. Nhưng chỉ có Bùi Giáng là được anh nhắc đến hàng ngày, anh cho tôi xem các bài thơ của Bùi Giáng do chính Bùi Giáng viết gởi ra tặng anh. Một số bài sau này tôi thấy có in trong Mưa Nguồn, Ngàn Thu Rớt Hột và Lá Hoa Cồn. Anh Phạm Công Thiện cũng hứa với tôi là khi nào có dịp vào Sài Gòn sẽ dẫn tôi đến thăm Bùi Giáng.

Năm 1964, anh Phạm Công Thiện được mời vào Sài Gòn để dạy triết Tây tại Viện cao đẳng Phật học vừa được mở tại chùa Pháp Hội (tiền thân của Viện Đại học Vạn Hạnh sau này), tôi được anh cho đi theo. Tôi nhớ anh đã dẫn tôi đến thăm Bùi Giáng vào một buổi chiều, trong một căn nhà ở hẻm Trương Minh Giảng, căn nhà rất ẩm thấp, chật hẹp, gần như không có chỗ cho khách ngồi. Tôi thấy có mấy bức tranh vẽ còn dở dang, sách vở báo chí bằng các thứ tiếng Anh, Pháp, Hán, Đức, vất lung tung dưới sàn nhà, trên giường nằm. Bùi Giáng mời Phạm Công Thiện một điếu Bastos đỏ (thuốc rẻ tiền nhất thời đó). Đã hơn 35 năm qua rồi nên tôi chẳng còn nhớ được hai người đã nói với nhau những gì, tôi chỉ còn nhớ là khi tiễn Phạm Công Thiện ra cửa, Bùi Giáng nói: "Chắc rồi sau này tôi cũng sẽ như anh" (lúc đó Phạm Công Thiện đã mặc áo tu với pháp danh là Nguyên Tánh).

Buổi gặp gỡ Bùi Giáng lần đầu tiên ấy đã để lại ấn tượng sâu xa trong ký ức của tôi. Càng lớn lên, tôi mới càng nhận ra một điều rất giản dị rằng, chỉ có những người dám từ bỏ những thú vui tầm thường của cuộc đời, thì những người đó mới là kẻ đem niềm vui đến cho cuộc đời một cách dài lâu nhất.

Năm 1964, có thể được xem như là năm khởi đầu cho vận hội mới của Phật Giáo Việt Nam sau hơn một thế kỷ bị kỳ thị và phá phách bởi thực dân Pháp và tiếp đến là chính phủ gia đình trị Ngô Đình Diệm. Mọi sinh hoạt như đang được hồi sinh, trong đó sinh hoạt về tư tưởng và văn hóa được xem như rầm rộ nhất. Một tạp chí văn nghệ có tên là Giữ thơm quê mẹ do Thiền sư Nhất Hạnh chủ biên, thi sĩ Hoài Khanh thư ký tòa soạn được ra đời, quy tụ hầu hết các nhà văn nhà thơ lớn của miền Nam, trong đó Bùi Giáng và Phạm Công Thiện được xem là hai cây bút chủ lực. Năm 1965 nhà xuất bản Lá Bối lại cho phát hành tập DIALOGUE, do các nhà văn nhà thơ của Phật Giáo Việt Nam gởi cho các nhà văn nhà thơ cùng các nhà nhân bản trên thế giới, kêu gọi họ hãy lên tiếng phản đối cuộc chiến tranh đang gây ra thống khổ và chết chóc cho dân tộc Việt Nam. Tập sách đã gây được tiếng vang trong cũng như ngoài nước. Tuy vậy theo sự đánh giá của giới trí thức thì bài của Bùi Giáng gởi cho René Char thi sĩ Pháp và Phạm Công Thiện gởi cho Henry Miller nhà văn Mỹ là hai bài có tầm cỡ nhất để mở ra một cuộc "ĐỐI THOẠI" đúng nghĩa giữa các nhà trí thức Đông và Tây. Có thể nói chỉ trong một thời gian ngắn, những thế lực văn hóa phi dân tộc vốn được sự hỗ trợ tích cực của chế độ Thiên Chúa giáo đã mau chóng bị giới trẻ trí thức ở thành phố lãng quên, chưa nói là còn bị lên án nặng nề nữa, và truyền thống văn hóa của Phật giáo và dân tộc đã được hồi sinh. Tất nhiên, Bùi Giáng và Phạm Công Thiện là hai cây bút hàng đầu trong công cuộc làm hồi sinh này. Một bài báo tổng kết 10 năm sinh hoạt văn hoá Phật giáo (1964 - 1974) được đăng trên báo Hải Triều Âm của Tổng vụ Văn hóa

Phật giáo, tôi nhớ tác giả bài viết đã kết luận đại khái như thế này: "Sau những bài viết triết lý dậy lửa của Phạm Công Thiện và sau cõi thơ phiêu bồng của Bùi Giáng, những người trẻ tuổi luôn luôn thấy hình bóng lồng lộng của các Thiền sử..."

Có một chuyện rất "vui tươi" hay "tếu" (những tiếng mà lúc sinh thời Bùi Giáng vẫn thường dùng). Tôi được xin kể lại sau đây, hy vọng sẽ giải đáp được phần nào những điều mà một số người vẫn ngộ nhận về Bùi Giáng. Một bữa đi chơi về, Bùi Giáng kêu tôi lại, rút trong đẫy vải ra một tờ báo, đó là tờ báo của sinh viên Quảng Đà đang theo học tại các đại học Sài Gòn (1974), ông chỉ vào chữ Quảng Đà và nói với tôi: "Mấy thằng Quảng Đà cứ tụ năm tụ ba ở mấy cái quán mì Quảng nhậu nhẹt suốt ngày rồi còn khoe mình là con cháu của Hoàng Diệu, Trần Quý Cáp, Phan Chu Trinh,.v...v.". Ngừng một lát Bùi Giáng nhìn tôi với cặp mắt long lanh rồi nói tiếp: "Tao mà chế được bom nguyên tử tao sẽ dội trên đầu bọn chúng mỗi ngày ba trái, sáng một trái, trưa một trái, chiều một trái".

Chúng ta có thể tự hỏi không lẽ nào cái nơi chôn nhau cắt rốn ấy, nơi mà những địa danh như Vĩnh Trinh, Thanh Châu, Quế Sơn v...v. đã tràn ngập trong những bài thơ của Bùi Giáng với tất cả sự nhớ thương da diết, mà ông lại nỡ thù ghét đến vậy sao? Mà Bùi Giáng thù ghét để làm gì chứ? Hay là Bùi Giáng muốn che giấu điều gì sau những lời lẽ có vẻ như "thô lỗ" này? Ít ra cũng đã một lần Bùi Giáng hé mở cho ta thấy được những tình cảm mà Bùi Giáng muốn giấu kín tận đáy lòng sâu thẳm. Tôi xin được trích ra đây để thay cho lời kết:

"Trong một cuộc vui, ta hỏi họ vài điều. Họ lơ đễnh thờ ơ, ta tưởng họ kiêu bạt. Trong lúc mọi người đang gào khóc giữa một đám tang, họ phiêu phiêu đi qua, trong có vẻ mỉm cười niêm hoa vi tiếu. Ta tưởng họ tàn nhẫn thô bạo. Niềm vui, nỗi buồn của họ, dường như chẳng có chi giống nỗi buồn của chúng ta. Do đó chúng ta trách móc họ một cách lệch lạc hết cả, Par manque de justice interne". (Đi Vào Cõi Thơ trang 6-7, NXB Ca Dao, Sài Gòn 1969).

Nha Trang, những ngày cuối Thu hoài niệm

BUỔI CHIỀU QUA CẦU NGÂN SƠN NHỚ VÕ HỒNG

Thầy Thích Phước An gửi đăng bài này, nhắc chỉ còn vài ngày nữa là mãn tang thầy Võ Hồng. Ba năm, "nhánh rong phiêu bạt" đã phiêu lãng ở cõi trời nào?

Mong sẽ có những chuyên luận dài về Võ Hồng từ nhà sư Thích Phước An. Bởi vì nếu nói Võ Hồng có người tri âm trên đời, tôi tin chắc không ai khác, là nhà sư Thích Phước An.
(Trang Web **Nguyễn Hoa Lư**)

I

Cách đây mấy năm, trên một chuyến xe đò muộn về thăm quê. Khi xe đi ngang qua cầu Ngân Sơn, thì lúc ấy đã 5 hay 6 giờ chiều. Dù đã nhiều lần đi qua đây, nhưng có lẽ buổi chiều cuối xuân năm ấy, là buổi chiều mà tôi đã nghĩ nhiều nhất về Võ Hồng.

Tôi tưởng tượng rằng, hồi còn nhỏ chắc mỗi chiều ông vẫn thường ra đứng ở nơi này, để nhìn ráng đỏ nơi rặng núi phía Tây kia? Rồi nhìn bóng chiều xuống chậm trên dòng sông này? Chắc phải vậy! Vì trong tác phẩm của Võ Hồng thì cái đẹp của thiên nhiên và cái đẹp của đất trời, tôi cho là những cái đẹp mà Võ Hồng đã viết hay nhất. Nhưng trong cái đẹp đó, Võ Hồng luôn luôn đưa vào thiên nhiên một chút sầu, hay ngậm ngùi cho một cái gì đó đã hay đang sắp mất đi trên cuộc đời này. Tại ông bi quan chăng? Hay tại vì cái đẹp mong manh của những buổi chiều tà trên dòng sông tuổi thơ dạo nào cứ ám ảnh ông mãi.

Nhưng chính nhờ có được kinh nghiệm nội tâm ấy, mà thiên nhiên với Võ Hồng không phải chỉ để thưởng ngoạn thôi, mà ông còn cho ta thấy một giá trị nữa, quan trọng hơn. Đó chính là, thiên nhiên cũng rất cần cho ta như một người bạn thân thiết vậy, vì cái đẹp của thiên nhiên có thể làm cho ta vơi bớt đi những đau khổ mà chắc rằng không nhiều thì ít, mỗi người trong chúng ta đang âm thầm gánh chịu. Trong truyện ngắn *Hãy Đến Chậm Hơn Nữa*, Võ Hồng đã viết: "*... Anh đã hưởng được gì ở cuộc đời? Nghe một tiếng chim tu hú vào đầu mùa hè, ngửi một mùi thơm của hoa mù-u trong buổi chiều, nhìn những con chuồn chuồn đảo lộn trên nền trời sau cơn mưa. Những niềm vui ấy quá nhỏ so với nỗi khổ đang đè nặng của anh...*"

Dường như khi về già, sống cô độc giữa phố phường ồn ào và đầy bụi bặm, thì tiếng con chim tu hú lạ lùng ở vùng quê Ngân Sơn đã quá xa xôi đó, lại sống dậy một cách mãnh liệt trong ông:

Đâu phải chỉ người mới không sai hẹn
Cuối tháng giêng, tu hú gọi vang trời.

Hai câu đó trích từ tập *Hồn Nhiên Tuổi Ngọc*, tập thơ mới nhất mà Võ Hồng đã viết cho tuổi thơ. Trong tập thơ này, ta thấy Võ Hồng muốn trao đến cho tuổi thơ một điều rất giản dị: điều giản dị đó là, hãy bắt đầu quan sát rồi rung động trước mọi vẻ đẹp mà tuổi thơ đã có dịp nhìn thấy hàng ngày. Chẳng hạn có thể là một gốc khế già đứng khiêm tốn trong khu vườn, một cây bàng hiu quạnh bên vệ đường, hay niềm vui chứa chan khi cơn mưa đầu mùa chợt đến.

Chính những sự vật mà tuổi thơ đã từng rung động đầu tiên này sẽ rất cần thiết. Vì từ đó, tâm hồn chúng ta mới có thể giao cảm được với cái đẹp của thiên nhiên và của đất trời. Ta có thể kết luận mà không sợ sai rằng, tình người, tình nhân loại hay bất cứ thứ tình cao cả nào khác, cũng phải được khởi đầu bằng những rung động đơn sơ ấy.

Một đám mây trắng bay cô độc trong buổi chiều tà, sẽ chẳng có nghĩa gì cả đối với một người đang náo nức đợi giờ đến nhà hàng. Nhưng chắc rằng, nếu một người biết rung động trước cái đẹp của thiên nhiên và đất trời, thì khi nhìn đám mây trắng họ sẽ chạnh lòng nghĩ đến biết bao sự đau khổ của con người: những kẻ bơ vơ không nhà không cửa, rồi sẽ không có một nơi nào để trở về khi đêm tối đang đến:

Chiều ngồi tựa cửa
Nhìn áng mây xa,
Về đâu lát nữa
Hỡi mây không nhà?
(Hồn nhiên tuổi ngọc)

Phải chăng đây cũng là những gì mà Võ Hồng đã từng muốn thể hiện trong các tác phẩm của ông?

II

Những ngày tôi bắt đầu bước chân vào trung học. Dạo đó, dường như tôi đang theo học lớp đệ ngũ hay đệ tứ thì phải. Hình bóng Võ Hồng đã trở thành thân yêu nhất trong đời sống tôi. Thân yêu nhất không phải vì ông là một ông Giáo sư dạy hay hay dạy giỏi, mà chính là nhân cách và tâm hồn phiêu bồng của ông. Có lẽ hồi ấy, tôi cũng chưa biết gì về tác phẩm của ông - tôi chỉ thấy ông mang một phong độ khác hẳn với những giáo sư khác, ở những giáo sư khác tôi thấy có gì quá tầm thường và quá an phận (có lẽ với tuổi hồi ấy, tôi đã đòi hỏi quá nhiều, đòi hỏi những gì mà chính vị đó không thể có được). Riêng Võ Hồng, người đã mang đến cho tuổi thơ tôi những xao xuyến, hoài nghi, những chất vấn về thân phận phù ảo của kiếp người - và cũng từ đó ông đã gợi cho tôi thấy một chút mộng mơ nào đó của đất trời. Hình như Gandhi đã nói đâu đó rằng, những gì mà tuổi thơ ta đã sống, thì những điều đó sẽ điều động ta suốt một đời. Tuổi thơ ngồi trong lớp học, vào những giờ của Võ Hồng, tôi thấy ông thường bâng quơ nhìn qua khung cửa sổ. Ngôi trường cạnh bên dãy núi, có những ngôi tháp cổ, cây phượng trước sân trường. Sau này khi có dịp đọc văn Võ Hồng, tôi thấy ông viết đúng như tôi đã thấy vào cái thời thơ ngây ấy "mấy ngôi cổ tháp đứng ở sân sau trường lặng lẽ suy tư. Những cây sao thân cao mọc ở ven chân núi thong thả để rơi từng cánh hoa màu trắng xuống những bụi gai thấp. Nơi này thỉnh thoảng ngồi trong lớp nhìn qua cửa sổ tôi thấy một con sóc chuyển cành". Tôi đã nhìn thấy và đã xúc động Võ Hồng từ những điều vu vơ trên. Có những buổi chiều tan trường, tôi thấy ông thường lững thững bước ra khỏi sân trường sau cùng. Gương mặt của ông lúc đó trông buồn buồn. Sau khi những bước chân, những tà áo cuối cùng đã vắng bóng. Vào những khi như vậy, tôi thường có dịp đứng nghe ông nói chuyện. Ông nói đến nỗi buồn của cuộc sống, nỗi cô độc của kiếp người cùng những ly tan của cuộc sống. Có thể nói đó là những nỗi ám ảnh lớn trong toàn thể cuộc sống của Võ Hồng. Sống và khổ đó là những gì quá tầm thường và quá quen thuộc. Những gì của thực tại muôn đời và thực tế muôn nơi, xảy ra ở khắp mọi chân trời. Nhưng dường như, bất cứ lúc nào chúng ta nghe nói đến tiếng Khổ, thì nỗi xúc động trong ta sẵn sàng bừng dậy. Bởi vì càng lớn lên, ta thấy kiếp người càng buồn và vô nghĩa thêm ra.

Vào khoảng năm 1960-1962 khi anh Phạm Công Thiện còn ở Nha Trang, anh đang tu chùa Hải Đức. Tôi nhớ, vào một buổi chiều mưa, anh trở về chùa một mình, anh có đọc cho tôi nghe hai câu thơ:

Mưa chiều thứ bảy tôi về muộn
Cây khế đồi cao trổ hết bông.

Tôi được anh cho biết, là anh đã làm hai câu thơ trên từ nhà Võ Hồng trên đường trở về chùa. Sau đó, nếu tôi không lầm, thì hình như Võ Hồng cũng viết một câu truyện ngắn Hoa khế lưng đồi bắt nguồn từ cảm hứng hai câu thơ trên của anh Phạm Công Thiện, cũng cây khế trổ bông ấy và ngọn đồi ấy "những cây khế ở lưng đồi trổ hoa tím, những chùm hoa hình khối lục lăng mường tượng những ngôi cổ tháp". Vào khoảng thời gian ấy, tôi thấy mỗi chiều Võ Hồng thường lên chùa thăm anh Phạm Công Thiện. Hai người thường ngồi nói chuyện với nhau trong một vùng cây rậm nhìn xuống chân đồi. Tôi không biết hai người nói với nhau những gì. Nhưng thôi cần gì phải biết, tôi cứ tưởng tượng theo những nhân vậtcủa Võ Hồng như thế này một người từ phố lên mang cả cái mệt mỏi và hiu quạnh của đời sống tẻ nhạt với "nhiều uẩn ức, nhiều bức thúc, nhiều dày vò. Thân phận con người quần quại trong những đau khổ muôn hình". Còn một người đang ở trên núi, thì sẽ đem hết cái tịch liêu, những hoài vọng triền miên của tuổi trẻ mình để nói chuyện với nhau. Và rồi, đến một lúc thì thế nào anh Phạm Công Thiện cũng sẽ như một nhân vật nào đó của Võ Hồng "nhẹ nhàng kéo tôi vào một nẻo suy tư nào đó với anh, về một chân lý, một tư tưởng triết học. Lịch sử Ấn Độ dày quá khứ và quá khứ đó dày tư tưởng".

Tôi có thể tưởng tượng như trên, để viết lại một ít hoài niệm mà tôi đã biết về Võ Hồng vào khoảng thời gian xa xôi ấy.

Đứng trước chiến tranh, Võ Hồng cũng như tất cả những người cầm bút khác, đều nói lên lòng đau đớn của mình. Nhưng Võ Hồng thì khác, ông thâm trầm hơn, ông đưa chúng ta đến một trầm tư thê thảm, trước thân phận đau buồn của quê hương "...chòi canh cao bay phất phơ lá cờ. Một người lính ngồi ôm súng nhìn không gian chập chùng đồi núi. Lô cốt. Trại lính. Người dân không có thì giờ nghỉ ngơi. Hai mươi năm đủ để tạo một thế hệ. Người lính đang ngồi trên chòi canh đó, có thể là con của người lính mà tôi đã gặp hai mươi năm trước. Các thế hệ nối tiếp nhau đã truyền cho nhau tiếng nói và cây súng. Nước chảy dưới cầu. Những đồi cát nằm giữa dòng sông". Những giòng lặng lẽ trên đang bay lất phất trong những làng mạc, những đồi núi chập chùng của quê hương. Một buổi chiều mùa đông âm u nào đó, trong một chuyến xe đò băng ngang qua những vùng âm u của quê hương, rồi nhìn những người trẻ tuổi đang cầm súng đứng trong mưa, thì những giòng trên mới thấm vào trái tim buốt giá của ta. Có phải bóng đêm đang vỗ chụp xuống trên những mái đầu xanh của những đứa con tại Việt Nam?

Tôi đọc văn thường không để ý lắm đến cách hành văn hay bố cục (có lẽ tôi không biết gì nhiều hơn tác giả). Tôi chỉ đọc những gì trong đó thấy có bóng dáng của mình. Như bây giờ đang là buổi xế trưa, những buổi trưa thức dậy nghe bỗng xiêu đổ lạ thường. Ánh nắng vàng vọt của buổi chiều qua cửa sổ. Một người con gái vừa ra đi để rồi không bao giờ gặp lại. Tất cả chỉ còn lại một cái gì thật mơ hồ, thật xa xôi. Giọng hát từ đâu vọng lại, ta không cần biết nó hay, nó dở thế nào. Nhưng chiều nay, nghe tiếng hát đó, bỗng nghe ta trong ngậm ngùi của nỗi đời ly biệt "nhưng chiều nay giọng hát trầm trầm và sai giọng ấy, mỗi lần nghe đến là Doãn tưởng rằng như mình đang dự vào buổi chiều cuối cùng của trái đất khi nhân loại bị phóng xạ nguyên tử đang cầu kinh"... Tôi đã đọc câu chuyện Vết Hằn năm tháng vào một buổi xế trưa. Những nét mặt quen thuộc của thuở ấu thơ, những nét mặt xa lạ, những cái bắt tay, những buổi họp vừa tan, chỉ còn lại bàn ghế trơ vơ. Ngày đi, tháng đi và năm đi. Những tà áo hồng cũng đã xa dần, xa dần... đó là gì? Đó là vết hằn của tháng năm. Trong đời sống hằng ngày, tôi đã nghe và cảm thấy như thế, nhưng tôi chưa có dịp nói được. Khi đọc Võ Hồng, tôi thấy ông đang nói thay mình. Tôi đọc và buồn đến nghẹn thở. Tôi cũng tưởng như mình đang sống trong những ngày cuối cùng của trái đất.

Tác phẩm của Võ Hồng, ta có thể ví như những tấm gương. Trong đó phản chiếu những tâm tư của một đời người, nhất là trong hoàn cảnh đau buồn của Việt Nam hiện nay. Sống và phản ứng lại cuộc sống-đó là tất cả những gì ta bắt gặp nơi Võ Hồng. Những hy vọng, tuyệt vọng, đau khổ, hạnh phúc, những bất lực của thân phận con người. Một chút xanh mộng nào đó mà ta đang hoài vọng. Vào một đêm mưa, một người con gái đến gõ cửa, nàng kể cho ta nghe một mối tình câm lặng, người yêu của nàng vừa nằm xuống vĩnh viễn - đang khi đó, ngoài trời những cơn gió đầu mùa thổi đến làm lạnh lòng người. và làm rụng những lá me bên kia đường. Ta chợt nghe một chút nồng ấm của cuộc đời, một đốm lửa vừa nhóm lên trong đêm mưa lạnh. Cho dù ta vẫn biết cuộc đời vốn là ảo mộng "từng cơn gió lạnh lùa vào phòng. Nước trên tàn cây me rơi lộp độp xuống mặt đất từng hồi mỗi khi có cơn gió lạnh ào tới. Liên giã từ tôi, và tôi lẳng lặng đưa nàng xuống sân".

Tôi lẩm nhẩm suy nghĩ: Hãy an nghỉ, Adul Rahim. Hãy ngủ yên giấc ngủ vĩnh cửu của anh. Cái thân tứ đại vốn là giả họp. Anh đã có lần nói với tôi như vậy và chắc là anh không tiếc. Liên nó đang nghĩ đến anh và nó đang yêu anh đó. lúc sống, anh không dám hỏi và chắc là nó cũng không trả lời. Nhưng hôm nay anh không còn nữa và do đó nó đang lặng lẽ yêu anh.".

Và sống là gì? Có phải vẫn luôn luôn là hoài niệm? The mission of man on earth is to remember. Sứ mạng của con người trên mặt đất này là hoài niệm. Henry Miller đã nói như thế. Mỗi khi ta bắt đầu hoài niệm thì mọi sự đều tiêu tan hết. Ta không biết đố ky, không còn hận thù, lòng thương yêu sẽ bắt đầu ngự trị. Bởi vì khi ấy ta sẽ nhận ra sự phù ảo của kiếp người trên trần gian này. Mọi sự rồi sẽ đi qua, ta bỗng muốn ghì ôm trong tay những mong manh phù ảo ấy, bao nhiêu là kỷ niệm thương yêu thuở nào chợt bay về trong trí nhớ: những người tình, những con đường ta đã đi qua, bây giờ "tâm hồn tôi chợt thấy âm u. Con đường kỷ niệm. Những thôn xóm yên lặng nằm hai bên đường như chưa bao giờ biết đến sự thay đổi. Mái nhà xám đen và vách đất cũng xám đen".

Chuyện Trở về, Võ Hồng đã đưa ta vào những hoài niệm mênh mông của tháng ngày quá khứ ấy. Ai đã từng sống mà không có quá khứ. Cho dù quá khứ có thể im lìm hay xót xa đi nữa. Nhưng tất cả, tất cả sẽ làm ta ngậm ngùi. Thời gian vẫn là nỗi ám ảnh đen tối nhất của con người. Chúng ta sống bằng những khoảng thời gian. Sự sống được đánh dấu bằng những lần thay đổi, một nơi chốn mà ta vừa ra đi, bỏ lại những thành phố, những con đường, một người tình đã mất. Có nghĩa gì với khoảng đời trong năm hay mười năm là khoảng thời gian đủ để biến một đời người. "Từ ngày Bảo mất đi, tôi không muốn trở lại thành phố này. Những con đường, những đồi thông sẽ nhắc đến những ngày cũ". Đó là chuyến trở về của một người, về để làm gì? Trở về để hoài niệm. Hoài niệm những tháng ngày quá khứ ấy. Những ngày mà người tình chưa mất. Sự trở về như thế, thật là êm đềm nhưng cũng thật là xót xa "bao nhiêu năm tháng đã trôi qua. Tôi muốn tìm lại một cái gương để soi bóng mình. Tôi muốn nhìn lại bóng dáng mình bước những bước cô đơn trên con đường heo hút này"...

Tôi liên tưởng đến chuyến trở về của Jérôme trong La porte étroite của André Gide. Trong phần cuối của cuốn truyện. Khi Alissa đã mất. Mười năm sau, Jérôme trở về thành phố Prevence, nơi em Alissa tức là Juliette đang sống với chồng con ở đấy. Jérôme trở về đến nơi khi (bóng chiều dâng lên bàng bạc, mọi vật trong phòng mờ dần, và trong bóng đêm như đương cùng nhau sống dậy và ngậm ngùi kể lại chuyện xưa. Tôi mơ màng thấy lại gian phòng Alissa"... (Khung cửa hẹp, bản dịch của Vân Mồng tr 182).

Thời gian với bao nhiêu là thay đổi, bao nhiêu bể dâu đã xảy ra và con người chợt nhìn lại mình, thấy mình đã già đi, nắng đã xế... và rồi thời gian đưa đến cái chết. Cái chết là điều khủng khiếp nhất của kiếp người. Hình như trong đời sống thường nhật, ta đi lui đi tới, ngược xuôi lên xuống, tranh chấp mà quên đi cái chết, quên đi không nghĩ đến hay ta cố làm ngơ. Ta không dám đối mặt thẳng với nó.

Nhưng cuối cùng nó vẫn đến, nó đến sừng sững trước mặt ta. Nếu mỗi phút giây trong đời sống thường nhật, ta thường nghĩ đến cái chết, sống với cái chết, ăn ngủ với cái chết, thì chắc chắn mọi sự sẽ không tan hoang như ngày hôm nay. Bởi vì nghĩ đến cái chết, ta sẽ biết thương yêu nhau, thương yêu mọi thảm hoạ, mọi bi kịch trên trần gian này, ngay đến những gương mặt thù hận cũng sẽ không còn nữa. Ta thù hận. Bởi nhiều khi ta cứ ngỡ ta sống đời đời (làm như cuộc đời người dài hằng sáu trăm, bảy trăm lần khoảng thời gian đó". Tất cả đều là cuộc chơi trong ván bài của sanh tử. Đứng trước cái chết ta thấy gì "đứng trước cái chết, lòng tự ái không có tiếng nói nữa. Đối với người giã từ cuộc sống để ra đi mãi mãi, giả từ hết mọi ghét thương, âu lo mừng giận, anh thấy lòng thương tràn đầy". Mọi sự đều phải dừng trước cái chết, mọi tranh đấu khác đều không quan trọng, chỉ có một điều quan trọng duy nhất, đó là cuộc tranh đấu với cái chết. tranh đấu với cái chết là lúc ta lên đường đi đến sự thất bại lớn lao của cuộc đời "Phú thất bại trong cuộc tranh đấu lớn, cuộc tranh đấu cuối cùng, tranh đấu với cái chết".

Truyện Dấu chân sa mạc trong Con suối mùa xuân. Võ Hồng ghi lại đời của một người đàn bà. Cô Ba. Người đàn bà ấy đã sống bằng tất cả hung hăng của cuộc đời mình chê bai, thù ghét, gieo rắc bực dọc, hành hạ người khác và tự hành hạ chính mình. Giàu sang nhưng bỏn sẻn. Nhưng vào những ngày cuối đời, khi da đã nhăn, tóc trên đầu đã bạc, thì mọi sự đi đến một cách tang thương, canh bạc đã kết thúc" Tôi thương xót cho cô Ba đang đóng vai người bại trận đó, bơ vơ lạc lõng hơn bất cứ người bại trận nào khác, bởi lẽ cô sống cô đơn. Không có ai để thở than sau đó. Không có ai để bàn tính cân nhắc trước đó. Trước mặt, sau lưng, bên phải,bên trái đều là sa mạc.". Con người hung hăng ấy rồi ra cũng phải bại trận. Cuối cùng tìm về một ngôi chùa -điều mà khi còn xuân cô ẩm ĩ chê bai- về đó, như một con gấu đã hết khí lực "như thế, cô bước đi giữa cuộc đời còn sót lại, lạc lõng mơ hồ như người đi trong giấc mộng. Tất cả đều chập chờn hư ảo. Chặng cuối cùng của người lực sĩ yếu sức".

Con gấu ấy trở về để làm gì? "con gấu mò về cửa tam quan, cúi nhìn xuống thân phận mình và gối đầu lên cái chết". Đó là một trong những câu văn đã gây xúc động lớn cho tôi. ta sinh ra ở đời, sống với nhau, để rồi một ngày nào đó, sẽ cùng nhau rời bỏ trần gian hiu quạnh này.

Phải có một tấm lòng thật bao la tràn đầy tình thương thì mới viết được những câu chuyện như vậy. Ở đây, ta nên lưu ý đến một điều là, tình thương đối với Võ Hồng (cũng như những nghệ sĩ nhân bản khác) không phải xuất phát từ những luân lý. Vì một tình thương như vậy chỉ là hậu quả của tập quán xã hội. Tình thương ở đây vượt lên trên tất cả, nó nảy nở một cách tự nhiên từ trong trái tim của ta. Tự nhiên, đó là điều khó khăn nhất mà ta phải đạt đến. Nói như Khrishnamurti (tình yêu tự hiến dâng tràn đầy tựa như đóa hoa hiến dâng hương thơm).

Võ Hồng quê ở Phú Yên, xứ sở của núi non trùng điệp. Quê hương của những người nông dân điền dã. Quanh năm lận đận với những mảnh khoai trên rừng, những thửa ruộng ngoài đồng. Bầu bạn với cây cuốc, cái cày. Lam lũ và cực nhọc vô cùng, nhưng đời sống vẫn bao hàm trong cái thơ mộng nguyên thủy của đồng quê. Chỉ có những ai đã sinh ra và lớn lên ở những nơi khô cằn miền Trung thì mới thấy được cái thơ mộng này: "ở đây tất cả đều trầm mặc, trang nghiêm. Rừng già màu xanh tối, đứng bao vây những sườn núi an phận. Rẫy lúa, rẫy bắp, đất thổ trồng đậu xanh đậu phụng. Con trâu, con bò. Suối nước chảy qua khe đá, con chim hót trên cành. Và linh hồn của cả cái cảnh hoang sơ này là sự yên lặng rộng lớn bao trùm từ khoảng cao đến miền xa"...

Có lẽ từ một quê hương như thế, Võ Hồng mới đủ chất liệu để viết những câu chuyện về quê hương một cách đặc sắc. Như truyện Tình yêu đất chẳng hạn. Đọc Tình yêu đất ta thấy lại cái gì chất phác, điền dã của nông dân Việt Nam. Đó vẫn là điều khó khăn đối với những con người thành phố hôm nay, xung quanh chỉ thấy những tòa nhà đồ sộ những công viên, những quán cà phê đèn xanh đèn đỏ, mà quên đi đời sống kia. Ta có thể quả quyết rằng, đời sống nông dân Việt Nam đúng nghĩa, là đời sống vô cùng thơ mộng.

Còn gì thơ mộng hơn khi cuốc đất mà vẫn nghe được tiếng chim sơn ca rung rinh trên tầng cao, suối chảy róc rách quanh vườn. Lão Túc trong Tình yêu đất đã tóm thâu tất cả những thơ mộng ấy. Mọi sự đều phản bội Lão, đứa con duy nhất cũng bỏ Lão mà đi, người vợ thì luôn luôn hiếp đáp Lão. Lão còn lại chỉ có mảnh đất. Lão sống với mảnh đất đó, bởi vậy "Lão thương đất như thương con, như thương chính da thịt mình". Suốt đời lão chỉ còn có mảnh đất, bởi đất không gian dối như lòng người "đất không phản bội người, chỉ có người mới phản bội đất. Người giậm chân nguyền rủa rồi bỏ đi. Đất vẫn ở lại; nhẫn nại trung thành. Khi người về, người cứ tưới mồ hôi xuống là đất lại nảy ra lá xanh, đơm hoa, kết quả". Đời sống của Lão Túc cũng được kết thúc trên mảnh đất của Lão. Một bữa đi ra đám đất, một con rắn từ trong bụi rậm trườn ra và cắn Lão chết. Cho đến khi chết mà Lão vẫn còn ám ảnh đất, miệng vẫn thì thào: "Miếng đất Gò Đình".

Tác phẩm của Võ Hồng thật nhiều và quá nhiều khía cạnh. Tôi chỉ nhìn thấy một khía cạnh nào đó thôi, như đã thấy ở trên.

Hồi còn ở Nha Trang, cũng như bây giờ mỗi khi có dịp về thành phố ấy, tôi thường ghé lại thăm ông. Đời sống của ông lúc nào cũng hiu quạnh, nhưng ông bảo là có sống như thế, sáng tác mới là điều cần thiết, để làm vơi đi phần nào nỗi buồn trên. Ở đời mọi sự đều phù ảo, bởi vậy sáng tác cũng là một cách đùa rỡn với cái phù ảo ấy. Tôi đã có lần nghe ông nói như vậy. Và tôi tin chắc rằng ông vẫn còn tiếp tục đùa rỡn hơn nữa trong nỗi đời hiu quạnh còn lại của ông.

(Tạp chí văn, số đặc biệt về Võ Hồng / 74)

III

Khi còn sanh tiền, mỗi lần gặp tôi Võ Hồng thường nói: "Quê ông cách quê tôi 50 cây số. Mình là dân nhà quê với nhau cả mà".

Võ Hồng quê ở làng Ngân Sơn, huyện Tuy An, Nằm phía bắc tỉnh Phú Yên. Từ Tuy An đi đến đỉnh đèo Cù Mông là tỉnh Bình Định, quê của tôi. Đúng là khoảng chừng năm mươi cây số.

Hầu hết, người dân của hai tỉnh này đều sống bằng nghề nông, nên hồi nhỏ ngày nào tôi cũng đi giữa ruộng đồng, nương rẫy. Khi lớn lên rời bỏ quê hương ra sống nơi các thành phố lớn, mỗi lần có dịp ra khỏi thành phố mà bất ngờ thấy được dòng sông, đồng lúa xanh là tôi cũng mơ ước như Võ Hồng đã mơ ước trong truyện ngắn *Trầm mặc cây rừng* của ông: "Bỏ tôi giữa cảnh ấy, tôi sẽ tìm lại quá khứ êm đềm của những ngày thơ ấu, cũng bờ ruộng cỏ ướt sương đêm, cũng dòng nước chảy róc rách".

Những năm đầu thập niên của thế kỷ 20, những làng quê nghèo như làng Ngân Sơn của Võ Hồng thì tấm lịch và cái đồng hồ dường như vẫn rất còn xa lạ. Nhưng chính vì không biết đến cái đồng hồ và tờ lịch nên những đứa trẻ ở vùng quê này ngồi trông đợi cái Tết đến vô cùng thơ mộng dưới cái nhìn của Võ Hồng trong *Ngày xuân êm đềm:*"

Đối với tâm hồn ngây thơ của nó, cảnh và vật nói nhiều hơn tháng ngày. Nghe con Tu Hú kêu nó nghĩ đến những cái vú dẻ chin vàng ngọt lịm và nó nghĩ "tháng Ba mùa gặt tới".

Nhìn bà hàng xóm gánh đôi thúng xếp đầy những trái bắp nếp luộc hơi nóng lên ngun ngút, nó cảm nghe mùi ngọt thơm của hột bắp dẻo nghiền tan dưới răng và nó nói thầm "tháng Tám rồi sắp mưa lụt". Còn ngày Tết thì luôn luôn được báo bằng những dãy cúc, vạn thọ".

Người dân quê chuẩn bị đón tết rất sớm, Trong *ngày xuân êm đềm* Võ Hồng cho biết "manh nha từ đầu tháng mười một với những cơn mưa nhẹ, mưa gieo cải, cái Tết thấp thoáng mơ hồ với những rò cải, ngò, xà lách, tàn ô nằm vuông vắn ở hầu hết mọi sân nhà, cái Tết lớn dần lên với những bụi hoa vạn thọ, cúc đại đóa, thược dược phát chổi sum xuê và bắt đầu ra nụ".

Đó là việc của người lớn. Còn trẻ con thì niềm vui duy nhất là xin tiền mẹ để đi mua cho được con gà cồ làm bằng đất nung, có khoét cái lỗ ngang hông, khi thổi thì phát ra tiếng gáy như con gà cồ thật.

Nhưng bây giờ đời sống đô thị đã tràn ngập khắp nơi, tất nhiên những con gà cồ đất cũng không còn nữa, nên tác giả *ngày xuân êm đềm* chỉ còn biết "ngậm ngùi nhìn cái di tích của thời ấu thơ êm đểm không còn nữa, có còn chăng cũng chỉ trong ký ức bề bộn của chàng mà thôi".

Nhưng có một cái mà đời sống đô thị không thể nào xóa bỏ được, đó là nắng xuân. Trong một truyện ngắn khác có tên là *lễ cúng trường* Võ Hồng đã ghi lại cái nắng của một buổi sáng cuối năm nơi làng quê Ngân Sơn của ông. Tôi nghĩ rằng, bất cứ làng quê nào, vào cuối năm cũng đều có một buổi sáng nắng rất đẹp chẳng khác nào làng quê của Võ Hồng như thế này: "Thật là đẹp những ngày nắng đầu mùa. Nắng vàng nhẹ, không khí trong suốt khiến cảnh vật sáng tưng bừng. Đứng ở bến đò Thiện Đức có thể nhìn thấy rõ bầy bò lội qua bến đò gạch cách đó hai cây số. Bờ tre ở Phú Hội, rặng dương ở Mằng Lăng hiện lên thành một dải xanh ngăn ngắt và dãy núi cát ở mũi Vũng Lắm màu vàng nhạt, sáng óng ánh mặt trời".

Trong thi ca hiện đại cũng có nhiều câu thơ nói về nắng, ví dụ như trong Lửa Thiêng của Huy cận: "ôi nắng vàng sao mà nhớ nhung", hay trong tập Mưa Nguồn của Bùi Giáng" một buổi trưa nắng vàng in trên tóc."

Dùng nắng để diễn tả tâm trạng vui buồn, hay cái đẹp trên mái tóc người con gái thì ta thường bắt gặp. Nhưng dùng nắng để diễn tả giọng nói của người con gái thì, nếu tối không lầm chỉ có Võ Hồng. Trong truyện ngắn *Hoa Khế Lưng Đồi* ông viết: "giọng nói ấy như có chứa ánh nắng trên đồng lúa chín màu vàng, là hơi thở của những chùm hoa màu đỏ".

Vậy là đúng như Võ Hồng đã phát biểu trong tác phẩm *Trầm Tư* của ông: "nghệ thuật là thấy được cái nhỏ nhất chưa ai thấy, nghe được cái nhẹ nhất chưa ai nghe và diễn tả bằng ngôn ngữ chưa ai dùng. Là tránh xa những vết cũ".

Ở đây, trên đồi cao vắng vẻ vào những buổi sáng hay buổi chiều cuối năm, tôi vẫn thường ngồi nhìn những vạt nắng nơi các rặng núi bên kia đồi, rồi tự nói lê thê với chính mình rằng, mai này "đi lìa xa xứ sở của mặt trời" thì có lẽ cái mà tôi luyến tiếc nhất hông gì khác hơn là một chút nắng đẹp của những buổi chiều cuối năm nơi một làng quê của tuổi thơ mà bây giờ đã quá xa xôi.

IV

Tôi vốn được sanh ra và lớn lên nơi một vùng quê có nhiều núi non. Lớn lên, đọc được Võ Hồng thì tôi mới thấy quê của ông sao mà giống quê tôi quá chừng! Cũng những sườn núi, cũng những con suối chảy róc rách qua khe đá. Nhưng đặc biệt nhất là sự im lặng của núi rừng cô tịch. Sự im lặng mà tuổi thơ tôi đã cảm nhận được trong những buổi trưa hè ngồi dưới gốc cây trước chùa, nhìn những đám mây trắng bay la đà đỉnh núi cao sau chùa. Võ Hồng viết: "Ở đây, tất cả đều trầm lặng nghiêm trang. Rừng già màu xanh tối đứng bao quanh những sườn núi an phận. Rẫy lúa, rẫy bắp, đất thổ trồng đậu xanh đậu phụng. Con trâu, con bò. Suối nước chảy qua khe đá. Con chim đứng hót trên cành. Và linh hồn của cái khung cảnh hoang sơ này là một sự im lặng rộng lớn bao trùm từ khoảng cao đến tận miền xa..."

Hầu hết người dân quê của hai tỉnh này đều là những nông dân chân lấm tay bùn. Cứ từ tháng Mười Một Âm Lịch, tức là sau mùa lụt thì họ đều túa ra đồng cày cấy. Đến tháng Tám sau khi gặt xong vụ Hè Thu, thì họ lại vào núi để làm đất thổ trồng bắp, sắn nước, đậu xanh, đậu phụng,... Võ Hồng đã chia sẻ nỗi cực nhọc của người dân quê ông bằng một nhân vật vô cùng độc đáo có tên là Lão Túc, có thể nói là độc đáo nhất trong những truyện ngắn viết về người nông dân Việt Nam,"... có khác gì cuộc đời của Lão đâu? Hội hè đình đám, Tết nhất, giỗ chạp, giọng cười bên ấm trà, câu chuyện vui trong khói thuốc... Tất cả chỉ là những món trang điểm nhất thời. Lầm lì, chịu đựng, cán cuốc bóng nhẵn trong bàn tay, ánh nắng rung rinh đốt nóng trong mắt, đó mới là cuộc đời thực sự của Lão..."

Nhưng để bù lại những gian lao vất vả mà người dân quê phải gánh chịu, thì họ lại có nơi chốn để trở về, đó là ngôi chùa. Dường như bất cứ làng quê nào của Việt Nam cũng đều có chùa. Làng quê của Võ Hồng cũng không nằm ngoại lệ. Ông cho biết con đường đi vào ngôi chùa của làng ông như thế này: "Chùa Châu Lâm ở cách biệt nơi chân núi, xa xóm cỡ cây số rưỡi nhưng đối với tuổi thơ của tôi như vậy là xa hun hút. Bởi vì muốn đi tới chùa, chúng tôi phải đi bọc vòng chân núi, đi theo một con đường quanh co có nhiều bụi gai bàn chải mọc đầy. Cảnh vật khác hẳn cảnh vật trên xóm, bụi cây âm u rất nhiều. Chim hót tứ phía".

Ngôi chùa của làng quê Võ Hồng cũng như bao nhiêu chùa làng quê khác đều giống ở chỗ là rất nghèo: "Ấp tôi ít dân lại nghèo nên chùa không thể nào giàu được. Hình như tài sản của chùa chỉ có hai miếng đất thổ, và để có lúa ăn, nhà chùa phải làm rẽ bảy giạ giống ruộng". Nhưng chính cái nghèo này mà ngôi chùa mới gần gũi, gắn bó với người dân quê chân lấm tay bùn: "Chùa nằm ở chân núi thì người đi đường ghé chân nghỉ mệt, người lỡ đường có thể nghỉ qua đêm. Nhà chùa nằm ở cánh đồng thì anh đi cày, chị đi cấy, kẻ chăn bò ghé xin nước uống, mượn chỗ nằm nghỉ lưng ở hiên sau, ở chái liêu. Cửa Tam Quan suốt ngày không đóng".

Nhưng vì sao hầu hết những ngôi chùa của Phật Giáo đều được xây cất ở trên núi, nếu ở dưới đồng bằng thì lại tránh xa xóm làng.

Có lẽ không ai lí giải điều này hay và thơ mộng hơn Võ Hồng: "Thánh đường nhiều Tôn giáo thường đi theo sát tập thể quần chúng, nhằm hoàn thành công tác mục vụ. Chùa chiền Phật giáo thì không. Như cố ý xa lánh, như cố gắng tìm một thâm sơn, xít gần lại với thiên nhiên, núi rừng, nên khi người tìm đến thì đồng thời cũng là dịp người gắn với thiên nhiên. Cùng với tiếng chuông, tiếng mõ tụng niệm, màu xanh của lá cây, sự tĩnh mịch của đá, của đất, sự bao dung của khoảng trời cao cũng góp phần giải khổ, cũng nhẹ thổi đến niềm an vui, niềm hi vọng, niềm tin..."

Bởi vậy, theo Võ Hồng thông điệp của những ngôi chùa ở thôn quê muốn gởi đến cho người nông dân cũng rất giản dị: "Bà con nông dân gần gũi với chùa, thương kính ông Phật, không phải vì hiểu giáo lý Phật giáo. Những tiếng Tam Quy, Ngũ Giới, Thập Nhị Nhân Duyên đa số đều không biết, không hiểu, mà chỉ biết theo các thầy làm lành lánh dữ, cố gắng theo gương các thầy mà bớt phạm sát sanh. Triết lý vốn sáng mà lạnh. Rất hay nói, rất êm để nghe, mà phàm nói hay thì ít làm."

Rồi lớn lên rời bỏ quê hương, rời bỏ ngôi chùa xưa, đi vào sống những thành phố tranh sống ồn ào nhưng lúc nào theo Võ Hồng, Đạo Phật cũng "hiện diện êm đềm" quanh ông: "Đạo Phật hiện diện êm đềm quanh ta. Trong một thời gian dài, cứ chừng năm giờ sáng là nằm trong giường tôi nghe được tiếng gõ mõ tụng kinh của ông láng giềng ở sau nhà. Bốn giờ sáng, bà con khu Hồng Bàng – Xóm Mới nghe tiếng chuông chùa Linh Thứu. Bà con xón Mã Vòng – Phường Củi nghe tiếng chuông chùa Long Sơn. Bà con đường Đồng Nai nghe tiếng chuông chùa Hải Đức. Những bà con phải sống xa quê hương, ngoài nỗi nhớ cô bác họ hàng, ngôi nhà tổ tiên, khu vườn cây lá, ắt có lúc chợt nhớ những hương thơm của hoa bưởi, hoa cau, tiếng con trâu, con nghé ọ kêu mẹ, tiếng mái chèo khua nước trên sông, tiếng gà gáy vang lại từ thôn xóm xa... và tiếng chuông chùa."

Và sau cùng, xin được trích ra đây lời tâm sự của Võ Hồng, một nhà văn lớn hiện đại đã phát biểu về Đạo Phật một cách cảm động như thế này:

"Tôi không phải là Phật tử. Không biết tụng kinh. Nhưng tôi lại dễ xao xuyến dạt dào mỗi lần nghe tiếng kinh tiếng mõ. Những lúc đó tôi tự nhiên trút bỏ mọi ảo vọng ở đời mà cuối xuống nhìn thân phận yếu đuối nhỏ mọn của mình. Chỉ một hơi thở thôi, cuộc đời chỉ là một hơi thở mà thôi, rất nhẹ và rất mong manh, chỉ cần hơi thở ngừng lại nửa phút là rũ bỏ tất cả".

Tết năm nay, tôi có đi thăm viếng một số chùa ở Nha Trang. Đi đến chùa nào cũng thấy đông đảo Phật tử đi lễ Phật đầu năm. Tôi bồi hồi xúc động và nghĩ rằng, chính những ngôi chùa trầm mặc đã nuôi dưỡng sức sống mãnh liệt cho dân tộc từ hai ngàn năm nay.Đúng như hai câu thơ mà trong những năm gần đây bỗng được mọi người nhắc đến rất nhiều:

Mái chùa che chở hồn dân tộc
Nếp sống muôn đời của tổ tông.
(Huyền Không)

V

Võ Hồng vẫn thường nhắc đi nhắc lại lý do mà ông theo đuổi sự nghiệp văn chương:

"Tôi đền ơn cho quê hương, tôi trả hiếu cho quê hương bằng cách suốt những năm dài nhẫn nại tay cầm bút".

Nhưng Võ Hồng "báo hiếu" hay "đền ơn" cho cái quê hương nghèo khổ của ông như thế nào?

Tất nhiên Võ Hồng cũng chẳng có phép lạ nào để làm cho những kẻ suốt đời "bán mặt cho đất, bán lưng cho trời" này sung sướng hơn lên cho được. Nhưng trong tư cách một người cầm bút ông chỉ có một cách duy nhất là, nói cho những người đồng hương biết rằng, dù đời sống cần lao khổ cực, nghèo khổ, nhưng họ có một giàu sang khác mà những người dân ở thành phố không thể có được. Trong truyện ngắn *Mẹ và Em* Võ Hồng đã để cho một thanh niên trí thức hiện đang sống và làm việc tại thành phố nhưng vốn cũng xuất thân từ nhà quê nghèo khổ đã tự so sánh về hai đời sống mà anh đã trải qua:

"Dĩ vãng nào của anh cũng được đặt vào một nền khung cảnh có cây cối làm nền. Anh dễ tưởng tượng ra một khuôn mặt thân yêu, dễ sống lại một tâm trạng êm đềm hay xót xa khi mắt anh bắt gặp một khung cảnh quen thuộc. Một bờ ao, một ngôi chùa, một hàng dậu bìm leo hoa nở hình chuông. Một dòng sông. Ký ức của anh trái lại, rất ít bén nhạy khi anh nhìn một dãy phố, một công thự, một kiểu ô tô. Có lẽ vì văn minh không lặp lại còn thiên nhiên thì không đổi thay, cho anh đắm tâm hồn vào sự trầm lặng lớn lao kia cho vơi bớt đi những ưu tư phiền muộn từng dày vò khối óc muốn vỡ tung của anh. Người mẹ màu xanh, thiên nhiên trầm tĩnh dịu dàng, anh biết chỉ ở giữa thiên nhiên anh mới cởi bỏ được những xáo trộn của tâm tư mà hòa mình theo nhịp sống thanh thản vô tư của cây cỏ".

Có lẽ chính vì thế mà trong tác phẩm của Võ Hồng ta mới thấy một bà mẹ nhà quê suốt đời ngồi trông ngóng người con đi làm thuê làm mướn nơi xứ lạ quê người vô cùng thơ mộng:

"Cây xoan trước cửa nở hoa nó ra đi bây giờ lại nở hoa, phải một kỳ nữa thì nó mới trở về. Con Tu Hú báo hiệu mùa múi giẻ chín. Phải một kỳ Tu Hú kêu nữa thì nó về. Cây ổi xá lị nó xin giống ở Đồng Tròn về trồng năm kia, năm nay đã ra được hai trái. Sang năm nó về ổi sẽ chín đẩy cành".

Nếu từ cái làng quê Ngân Sơn nghèo khổ thì Võ Hồng mới sáng tạo ra được những nhân vật như Lão Túc trong truyện *Tình Yêu Đất* mà quanh năm suốt tháng lúc nào cũng: "lầm lỳ, chịu đựng, cán cuốc bóng nhẫn trong gang bàn tay, ánh nắng rung rinh đốt nóng tròng mắt" hay bà Xự trong *đập đồng cháy* khi chiến tranh ùa tới mọi người đều ra đi nhưng riêng bà Xự thì "ngồi yên trên ngạch cửa, hai dòng nước mắt lặng lẽ chảy trên gò má. Bỏ nhà của mà đi, bỏ ruộng nương, bỏ vườn tược, bỏ khúc sông và cái bến nhỏ này mà đi. Không, tôi không muốn đi đâu hết. Năm mươi tuổi đời rồi, tôi muốn ngồi yên một chỗ, nằm yên một chỗ mà chết cũng được. Chết là gì? nhắm hai con mắt lại, nhẹ nhàng buông xuôi hai tay" thì chỉ mới nói lên được lòng kiên nhẫn sắt son của con người đối với đất đai làng mạc quê hương. Nhưng phải đợi đến truyện ngắn *Niềm Tin Chưa Mất* thì theo tôi mới là tâm sự mà Võ Hồng, người con của Ngân Sơn Phú Yên muốn gửi đến cho thời đại mà chúng ta đang sống, một thời đại mà Võ Hồng đã cho là "một xã hội nhiễm độc mà dối trá đã trở thành điển – lệ, mà thù hằng đã trở thành khí giới phổ thông".

Câu chuyện giản dị như thế này, tác giả người xưng "tôi" trong câu chuyện cùng học chung một lớp ở trường làng Ngân Sơn với người bạn tên Tộc. Tộc tướng mạo xấu xí lại còn học dở nhưng lại rất tốt bụng, sống rất tự nhiên, không hề biết che giấu cái xấu của mình, Võ Hồng nhận xét đầy xúc động: "Tôi có cảm tưởng tâm hồn anh hiền lành như cây xanh, cây ổi, cây bàng nào đó đang sức lớn. Đâm chồi, ra lá, nứt hoa. Cây cứ bình tĩnh làm nhiệm vụ của mình, không cần nhìn xem những phản ứng của các cây héo, giấu giếm những cây gãy, mà cũng không thấy nó hãnh diện vì chồi xanh non mướt hay nở đầy cành".

Vì học quá dở nên Tộc không lấy nổi bằng yếu lược, phải nghỉ học. Mấy năm sau, lúc đang học trường huyện về thăm nhà thì dân làng Ngân Sơn kể lại Tộc mất tích và xóm trên đầu làng cô Lành con của ông Câu Hò cũng mất tích vào đúng đêm đó. Người làng đồn rằng Tộc và cô Lành rủ nhau bỏ đi hoang nhưng không biết đi đâu?

Mấy chục năm sau, khi tác giả đang dạy học tại Nha Trang bỗng nhận được thư của Tộc từ Ban Mê Thuột gửi xuống. Trong thư Tộc cho biết có đọc được "mấy truyện của anh viết về những ngày thơ ấu của chúng ta còn học ở trường Ngân Sơn". Đặc biệt Tộc cho biết hiện nay anh rất khá giả có Vila ở Đà Lạt và có cả xe ô tô nữa".

Đọc xong thư Tộc, tác giả cho biết: "niềm vui khi đọc thư Tộc, tôi giữ cho đến suốt ngày. Tôi cảm thấy bớt đơn chiếc và cuộc đời dễ sống hơn. Tộc đại diện cho một nhân cách miễn nhiễm, không tà khí. Lúc nào cũng nghĩ tốt cho người, không ác ý, không đối phó, không bị lôi cuốn, và sẵn sàng làm điều tốt cho người, không mưu tính, không mặc cả. Tôi tin chắc rằng sự làm giàu của Tộc rất trong sạch".

Sau cùng, tác giả phải công nhận rằng, chính người bạn mà ngày trước ở trường làng Ngân Sơn ai cũng xem thường và thường đem ra bỡn cợt thì cũng chính người bạn đó nay lại giúp tác giả tin cậy vào cuộc đời này hơn:

"Tâm hồn tộc như cái phòng trống trơn, không có xó kẹt, không có bóng tối. Tộc làm những điều mình nói và có thể nói cả những điều mình làm, và có thể nói vả những điều mình nghĩ nữa. Trong một xã hội nhiễm độc mà dối trá đã trở thành điển lệ, mà thù hằn đa trở thành khí giới phổ thông quả tình nhân cách của Tộc vươn lên nhưng chổi cây mạnh giúp tôi tin cậy ở cuộc đời".

Phạm Công Thiện, một người bạn vong niên của Võ Hồng đồng thời cũng là một người đầy thẩm quyền về tư tưởng triết lý Tây Phương của Miền Nam trước 75 khi đọc *Niềm tin chưa mất* đã không ngần ngại so sánh Tộc với các nhân vật trong tiểu thuyết của các tác giả Tây Phương:

"Đó là Tộc của Võ Hồng, là Dilsey của Faulkner, là lão già đánh cá của Hemingway. Đó là hình ảnh thực sự của con người trần gian này. Con người ấy không phải là Vua là Chúa là kẻ thông minh xuất chúng. Người ấy chỉ là một con người rất tầm thường, rất Conformister, có thể rất là Idiot nữa. Chính những con người ngu si như vậy sẽ cứu lấy trần gian ra khỏi hố sâu, chính những con người tầm thường như Tộc, như Dilscy như lão già đánh cá của Hemingway. Chính những con người tầm thường này sẽ gầy dựng lại một thế giới mới giữa trần gian đổ vỡ này".

Và để kết thúc những tản mạn về Võ Hồng, tôi xin được trích một đoạn nữa trong lá thư của Phạm Công Thiện gửi Võ Hồng, thư để ngày 18 tháng 01 năm 1963, xem như Phạm Công Thiện đã nói lên được toàn thể văn nghiệp của Võ Hồng trong một câu ngắn gọn, súc tích:

"... Nhưng đọc anh, tôi mới sực nhớ rằng, mỗi người đều mang nặng một bi kịch đau thương của cuộc đời và trong những gì tầm thường nhất cũng đều chứa đựng một cái gì cao quý thiêng liêng nhất, một cái gì mà thiếu nó thì cuộc đời này không đang sống nữa".

PHẠM CÔNG THIỆN
HIU HẮT QUÊ HƯƠNG
BẾN CỎ HỒNG

Tác giả chuyên luận này là nhà sư Thích Phước An. Trên một ngọn đồi Trại Thủy có một dãy phòng tăng cô tịch, hoang phế đã 40 năm nay, nhà sư Thích Phước An sống và tu hành ở đó.

Từ hiên nhà nhìn xuống, cả rừng dừa Ngọc Hội xanh ngút ngàn và nhìn ra xa, những dãy núi trập trùng. Trên đồi cao lộng gió, sự u tĩnh của chốn thiền môn khiến những khảo cứu của ông đậm chất thiền, chất thơ và đầy suy tưởng.

Phải đọc đi đọc lại nhiều lần, nhất là đây lại là một khảo cứu về Phạm Công Thiện... (Trang Web Nguyễn Hoa Lư)

Ở đây, trên đồi cao vắng vẻ, vào mỗi chiều tôi vẫn thường ra đứng nhìn mặt trời khuất dần nơi các rặng núi phía xa, rồi chạnh lòng nhớ đến những người thân đã đến rồi ra đi không bao giờ về thăm lại ngọn đồi cao này. Tất nhiên, trong đó hình bóng của anh Phạm Công Thiện, một thanh niên tài hoa vừa mới từ giã Sài Gòn về đây suốt ngày tự nhốt mình trong một căn phòng đầy sách cùng những câu thơ mà anh đã từng sáng tác ở đây, vào những đêm dài heo hút hay những chiều buồn lê thê, lúc nào cũng sống lại đậm đà trong kí ức xa xôi của tôi:

Hồi chuông chùa vọng luân hồi
Chim chiền chiện hót ngang trời đau thương
Trùng dương nằm đợi vô thường
Đồi cao bạt gió hai đường âm u.

Hay hai câu mà gần như những ai đã từng đọc thơ Phạm Công Thiện thì đều thuộc nằm lòng:

Mưa chiều thứ Bảy tôi về muộn
Cây khế đồi cao trổ hết bông

Nhà thơ Quách Tấn, người mà Phạm Công Thiện đã từng phát biểu là: "Một Phật tử trọn vẹn, đã thu tóm tất cả những thơ mộng của Phật giáo vào cuộc đời trầm lặng của mình". Một hôm có nói với tôi rằng, tại sao Phạm Công Thiện không viết là mưa sáng mà lại mưa chiều? Không về sớm mà lại về muộn và khi trở về lại ngọn đồi cao ấy không xảy ra vào thứ Hai, thứ Năm hoặc thứ Sáu mà lại xảy ra vào chiều thứ Bảy, tức là buổi chiều cuối tuần và điều quan trọng nữa, cây khế không phải đang trổ bông mà đã trổ hết bông.

Nghĩa là tất cả đều lê thê heo hút, tất cả đều vắng vẻ và dường như ta cũng còn nghe được cái tịch liêu trong hai câu thơ trên.Và rồi Quách Tấn còn nói thêm với tôi là, nếu ở thời hiện tại có cái gọi là thơ Thiền thì chắc chắn đó phải là hai câu thơ Thiền hay nhất ở thời hiện đại.

Phạm Công Thiện rời đồi cao chùa Hải Đức (Nha Trang) đến nay đã gần nửa thế kỷ. Nửa thế kỷ với biết bao thăng trầm, nói theo ngôn ngữ của Phạm Công Thiện thì nửa thế kỷ đầy "tang hoang dâu biển" không chỉ dâu biển đối với quê hương đất nước và thế giới mà còn đối với riêng cá nhân Phạm Công Thiện nữa. Nhưng chỉ có cái duy nhất không thay đổi với anh, theo tôi đó là cái tịch liêu, cái hoang vắng trong đời sống cô độc của anh. Dù anh sống ở đâu, dưới hình thức nào thì cái hoang vắng, tịch liêu của những buổi chiều vàng vọt ấy vẫn cứ bám riết lấy cuộc đời anh như bài thơ có tên là Một buổi chiều nào đó ở California trong tập thơ Trên tất cả đỉnh cao là lặng im vừa được xuất bản tại Việt Nam.

I

Một gian phòng nhỏ một buổi chiều
Một người tựa cửa đứng buồn thiu
Một cô gái nhỏ băng qua phố
Một tiếng chim xa lọt xuống đèo

II

Một gian phòng nhỏ một buổi chiều
Một người tựa cửa đứng đìu hiu
Một người lặng lẽ băng qua phố
Một kẻ xa buồn lén ngó theo

III

Một gian phòng tối một buổi chiều
Không người tựa cửa đứng đìu hiu
Không ai bước nhẹ băng qua phố
Không tiếng bông khô rụng xuống đèo.

Bài thơ có ba đoạn, mỗi đoạn có bốn câu. Tám câu đầu ta thấy có tám chữ Một nghĩa là một buổi chiều và một gian phòng nhỏ, trong gian phòng nhỏ đó có "một người tựa cửa đứng buồn thiu". Tác giả không cho biết là người đang tựa cửa đứng buồn thiu đó có thấy "một cô gái nhỏ băng qua phố" và có nghe "một tiếng chim xa lọt xuống đèo" hay không? Nhưng đến đoạn hai của bài thơ thì có khác đôi chút, vẫn có "một người lặng lẽ băng qua phố" nhưng không biết người đó là đàn ông hay đàn bà, thanh niên hay con gái, nhưng lần này thì bài thơ cho biết có "một kẻ xa buồn lén ngó theo".

Nhưng đến bốn câu cuối của đoạn ba thì lại hoàn toàn khác, vẫn có "một gian phòng" nhưng đó là "gian phòng tối". Trong gian phòng tối đó, tất nhiên "không có người đứng tựa cửa đìu hiu" và cũng không có người nào "bước nhẹ băng qua phố" và chẳng có bất cứ một "tiếng bông khô (nào) rụng xuống đèo" cả. Nghĩa là càng cuối bài thơ thì càng xa xôi heo hút càng tịch liêu vắng vẻ.

Dù ở California hay bất cứ nơi nào trên mặt đất này thì đời sống của con người cũng chẳng có gì thay đổi, cũng chỉ lặp đi lặp lại từng ấy chuyện. Trong tác phẩm Đi cho hết một đêm hoang vu trên mặt đất Phạm Công Thiện viết:

"… hai người gặp nhau, yêu thương nhau, sống chung với nhau rồi chết. Tất cả bài thơ của đời người đã được viết ra từ thế kỷ này đến thế kỷ khác. Rồi cũng có một căn nhà nào đó, rồi cũng có một gian phòng nào đó… Rồi cũng có một đoạn văn buồn hiu hắt của Céline "Rồi thì chúng ta sống ở đây, lại cô độc nữa. Tất cả đều quá chậm chạp, lê thê nặng nể,quá buồn… Rồi thì tôi sẽ già. Rồi thì sau đó sẽ xong, sẽ hết. Bao nhiêu đã người đã đi vào phòng tôi. Họ nói nhiều điều. Họ không nói gì đáng nói cho tôi cả. Rồi họ bỏ đi. Họ trở nên già nua, khốn khổ và chậm chạp, mỗi người trong góc bể chân trời nào đó nơi địa đầu thế giới".

Tôi nghĩ, Phạm Công Thiện khi viết câu trên có thể là viết cho chính mình mà cũng có thể cho tất cả những con người đã, đang và sẽ đến trên mặt đất buồn hiu này.

Những người đời thường của chúng ta mỗi khi cảm thấy cô độc vẫn thường trốn tránh nó bằng cách lao vào những cuộc vui hay tìm đến những nơi đông người để mong bớt đi phần nào nỗi cô độc nhưng với Phạm Công Thiện (hay tất cả những nghệ sĩ sáng tác chân chính khác) thì ngược lại càng ở giữa đám đông bao nhiêu thì nỗi cô độc của họ càng lớn mạnh bấy nhiêu. Đối với họ, cuộc đời lúc nào cũng giống như buổi chợ chiều:

Phố phường xe rầm rộ
Tôi đứng yên một chỗ
Lũ lượt đời cuộn trôi
Thoáng chốc thiên cổ rồi.
(Chợ Chiều)

Trong tác phẩm Khơi mạch nguồn thơ thi sĩ Seamus Heaney (Nobel Văn chương năm 1995) Phạm Công Thiện viết:"Một nhà thơ đúng nghĩa là kẻ có khả năng làm sống dậy cả một vũ trụ, cả một thế giới ba động chung quanh một của củ khoai tầm thường qua những luống khoai tây tầm thường, Seamus Heaney có thể làm bừng dậy bao nhiêu thế hệ đã trôi qua trên mặt đất, lòng kiên nhẫn sắt son của con người đối với đất đai làng mạc quê hương, tiếng động thổ ngơi, truyền thống thôn quê âm u, nhịp đẩy của đời sống, sức hút của cái chết, cả một triều sóng dậy của lịch sử kinh qua luống khoai bùn lầy".

Và trong một tác phẩm khác Phạm Công Thiện cũng viết: "Thơ

đúng nghĩa là thơ, đều không có ý nghĩa gì hết mà vẫn không vô nghĩa. Bài thơ không nói gì hết, vì mỗi bài thơ là một sự hiện diện linh thiêng, làm bùng vỡ lên một sự trống vắng bao la như "núi vắng không thấy người" mỗi một nhịp thơ khai mở cả một thế giới bừng dậy, như một cái bông xương rồng bé nhỏ lất phất trong gió sa mạc".

Vậy là cũng giống như Seamus Heaney, chỉ có một củ khoai tây thì Phạm Công Thiện cũng vậy, chỉ có một cây khế trổ bông trên một ngọn đồi vắng vẻ trong một buổi chiều âm u nào đó của quê hương, vậy mà cái hoang vắng, cái tịch liêu của những buổi chiều xa xôi ấy vẫn đeo đuổi và ám ảnh anh trên khắp nẻo đường của thế giới như chính anh đã xác nhận: "Nó buồn buồn nhớ lại những khu phố hoang liêu vào những buổi chiều vàng vọt trên khắp mặt đất mà nó bước qua".

Hay hai câu thơ trong Ngày sinh của rắn cũng buồn hiu hắt như vậy:

Về đâu thương những con đường
Lê thê phố cũ nghe buồn hè xưa.

Bởi thế cho nên, ta chẳng lấy gì làm lạ khi Phạm Công Thiện cho rằng, dù sống dưới hình thức nào thì anh vẫn nghĩ rằng suốt đời mình vẫn là một tu sĩ sống cô độc trong một tu viện: "Dù sao đi nữa, dù sống thế nào đi nữa, cả đời nó, nó vẫn chỉ là một tu sĩ, dù với bất cứ hình thức đổi thay nào, với bất cứ hoàn cảnh nào, nó vẫn là một ông thầy tu... Tu viện là cả vũ trụ này".

Nhưng "những khu phố hoang liêu", "những buổi chiều vàng vọt trên khắp mặt đất", những "lê thê phố cũ", những "nghe buồn hè xưa" thì đã tác động đến tâm hồn của Phạm Công Thiện như thế nào? Nghĩa là đưa anh vào ngõ cụt hay mở ra nhưng chân trời mênh mông cao rộng? Đây là lời giải đáp của chính Phạm Công Thiện:

"Năm tàn tháng tận, nhưng với lòng trong sạch, tính trong sáng, tâm thức bình lặng trên những đỉnh cao của đời sống linh hiện thì chẳng có gì tàn và chẳng có gì tận. Mỗi giây phút hiện tại là sự bừng vỡ cọ xát bắn lửa giữa hai thiên thu vĩnh cửu. Mỗi giây phút hiện tại là sự cọ xát mãnh liệt giữa vô số tỉ triệu ngàn năm trước và vô số tỉ triệu ngàn năm sau. Mỗi thoáng chốc mong manh của hiện tại như tơ trời mà vẫn đủ thu phối lại tất cả tuyệt đỉnh của quá khứ và của tương lai, rồi bừng nở thành cái bông bìm bìm trong đám rêu xanh".

Phạm Công Thiện có dịch một bài thơ có nhan đề là Seuls Comprennent Les Fous (Chỉ những người điên mới hiểu được) của nhà thơ Pháp Pierre Emmanuel. Trong bài thơ Pierre Emmanuel cứ băn khoăn thắc mắc tự hỏi tại sao vĩnh cửu lại xanh màu lá cây? (Pourquoi Verte, l'éternite?) Dù thắc mắc như vậy, nhưng cuối cùng Pierre Emmanuel cũng tìm được câu trả lời cho chính mình:

"Kẻ nào chưa cảm thấy trong lòng mình ru khẽ lên những chiếc lá đầu mùa, thì không bao giờ biết được vĩnh cửu". (Qui n'a senti en lui crier – Les premières feuilles des arbres – Ne sait rien de L'éternité.)

Vào một ngày cuối năm, nghĩa là lúc đất trời đang ở trong giây phút giao mùa, Phạm Công Thiện cũng chợt thấy lòng mình "ru khẽ lên những chiếc là đầu mùa", anh bèn làm một chuyến hành hương trong tâm tưởng của mình về lại nơi chốn mà anh tin chắc là có "màu xanh vĩnh cửu":

"Năm tàn tháng tận, những ngày cuối năm, trời lạnh se se và ánh nắng vùng thị tứ Los Angeles ràng rạng vàng tươi trong suốt như cách đây trên 2500 năm khi Người – Đến – Như –Thế (Tathàgata) đang ngồi một mình lặng lẽ trong phòng vùng thị tứ Vaisàli hay những thành phố khác như Sràvasti tuyệt đẹp ngày xưa của Ấn Độ, một thị tứ mà trước kia ra đi, đứng trên đỉnh đồi ngó lại, Đức Phật đã nói lời giã biệt đầy xúc động thầm kín: "Ồ, Vaisàli, đây là cuối cùng ta nhìn mi."

Hình ảnh ấy của Đức Phật đã để lại bài học gì cho chúng ta trong cuộc hành trình đi về lại nơi chốn vĩnh cửu? Phạm Công Thiện viết tiếp:

"Hình ảnh Đức Phật đứng trên đồi cao quay lại nhìn Vaisàli một lần cuối cùng giống như hình ảnh của một đời người. Mỗi cái nhìn là thiên thu vĩnh biệt, mỗi bước chân là trùng khơi vạn lí, mỗi giây phút trôi qua là tất cả thời gian và không gian biến mất" nhưng không hề gì vì Phạm Công Thiện cũng như tất cả những nghệ sĩ lớn trên mặt đất phù du này đều tin tưởng một cách mãnh liệt rằng, có một nơi chốn thiên thu vạn đại để những kẻ lữ hành chúng ta trở về:

"Hình ảnh của người đi và lân la đứng trên đồi nhìn lại cũng chính là hình ảnh bất hủ của thi sĩ Đức Rilke: "Dù mình có làm gì đi nữa trên cõi đời này thì mình vẫn có dáng dấp của kẻ lên đường."

Mặc dù tất cả ngày tháng đều kéo nhau đi mất, nhưng thi sĩ Nhật Basho: "Những ngày và những tháng đều là kẻ lữ hành của thiên thu, và những năm tháng trôi qua thì cũng thế". Tất cả đều đi mất, nhưng không hẳn là đi mất biệt luôn, vì sự lên đường bỏ đi ở đây là đi về với Thiên Thu Vạn Đại, vì thế sự trôi chảy liên tục và sự giã biệt liên tiếp kia chỉ là sự trở về Nhất pháp giới Đại Tổng Tướng Pháp Môn Thể (Đại Thừa Khởi Tín Luận). Tiếng kêu của bầy ngựa vào thời Mã Minh Bồ Tát cách đây 2000 năm cũng là tiếng kêu của bầy ngựa ngày hôm nay trên những cánh đồng hoang khắp thế giới".

Đọc đoạn trên của Phạm Công Thiện khiến tôi lại liên tưởng đến câu sau đây của Trịnh Xuân Thuận, nhà thiên văn lỗi lạc của Việt Nam và thế giới đương đại:

"Chúng ta là sản phẩm của những hạt bụi trên các vì sao cũng là anh em muôn thuở với cỏ cây hoa lá. Với việc chúng ta thở, chúng ta có liên hệ với vạn vật trên thế gian. Khi một cơ thể chết đi và tan rã, những nguyên tử của cơ thể đó sẽ thoát ra môi trường và xâm nhập vào các cơ thể khác. Cơ thể chúng ta đang chứa một tỷ nguyên tử của cây Bồ Đề nơi Đức Phật đã thành đạo".

Nhưng nếu các nhà khoa học đã phải miệt mài trong phòng thí nghiệm từ ngày này sang ngày khác, thậm chí từ năm này sang năm khác thì mới khám phá ra rằng "chúng ta là hạt bụi trên các vì sao" hay "chúng ta là anh em với cỏ cây hoa lá" và đặt biệt là "cơ thể của chúng ta đang chứa đựng khoảng một tỷ nguyên tử của cây Bồ Đề nơi Đức Phật đã thành đạo" thì với Phạm Công Thiện: "Thi sĩ cũng giống như một tu sĩ tự nhốt mình trong tu viện để nhóm lửa tâm thức, đốt cháy tập khí và cặn bã của ngôn ngữ loài người và giải thoát mở rộng khai thông tất cả những tinh lực khủng khiếp đọng lại trong âm thanh vũ trụ", và trong một đoạn khác anh lại viết: "Thi nhân chính là kẻ khẩn hoang, khai khẩn, phá hoang, lầm vỡ đất, tung bắn nước nguồn, tồn dưỡng tinh thần thổ ngơi, hậu trạch cho sự lưu trú thơ mộng của loài người trên mặt đất".

Chính vì "tự nhốt mình trong tu viện" hay giống như người nông dân "khẩn hoang, khai hoang, vỡ đất, làm tung bắn nước nguồn" nên tất nhiên cũng chỉ có thiền sư và thi nhân mới nhận ra được cái thơ mộng tuyệt vời này, những thơ mộng mà ta có thể tin chắc là những kẻ đầu óc thực dụng của thời đại ngày nay không bao giờ có thể thấy được:

"Những người không biết chữ ở tận rừng rú hoang vu cũng phải đọc từng lá cây ngọn cỏ, từng dấu vết chân voi, từng vết mây dưới chân đèo, từng hơi gió thoảng qua trên suối vắng. Đọc không phải chỉ là đọc chữ, một người chỉ biết đọc chữ vẫn chỉ là người đọc chữ. Trong mỗi chữ tầm thường nhất vẫn phảng phất một âm thanh nào đó, và trong một âm thanh nhẹ nhàng nhất vẫn còn run rẩy một sự im lặng nào đó. Mỗi một chữ, một tiếng, một lời mở ra một thế giới đang thành hình và một thế giới đang sụp đổ".

Phạm Công Thiện còn có một bài thơ nữa mà theo tôi, vô cùng độc đáo, đó là bài Lên Đường. Hồi còn ở với anh tại Nha Trang cũng như Sài Gòn gần như ngày nào anh cũng say sưa nói với tôi về kinh Hoa Nghiêm (Avatamsaka), đặc biệt là Phẩm Nhập Pháp Giới (Gandavyùha) tức là phẩm dài nhất và quan trọng nhất của kinh Hoa Nghiêm. Phẩm này ghi lại cuộc hành trình đầy gian nan của Thiện Tài Đồng Tử (Sudhana) đi tham vấn từ vị đạo sư này đến vị đạo sư khác. Tất cả là năm mươi ba vị ở khắp tầng cảnh giới, mang đủ lốt của mọi chúng sanh. Trước khi lên đường, Bồ Tát Văn Thù thầy của Thiện Tài Đồng Tử đã căn dặn học trò của mình rằng:

"Này Thiện Nam Tử! Nếu muốn thành tựu nhất thiết chủng trí (Sarvajnã-jnãna) thì phải quyết định cầu thiện tri thức. Này Thiện Nam Tử, cầu thiện tri thức thì chớ mỏi lười. Thấy thiện tri thức chớ có nhàm đủ. Thiện tri thức có dạy bảo điều chi thì phải tùy thuận. Nơi thiện xảo phương tiện của thiện tri thức chớ thấy lỗi lầm".

Vị Thiện Tri Thức mà Bồ Tát Văn Thù khuyến cáo Thiện Tại đến tham vấn đầu tiên là Tỳ kheo Đức Vân. Vị Tỳ Kheo này ở phương Nam cư trú trên núi Diệu Phong thuộc nước Thắng Lạc.

Tại sao lại khởi đầu đi đến Phương Nam mà không là các phương khác như Đông, Tây hay Bắc?

Phạm Công Thiện đã nhiều lần nói rằng chữ Việt trong chữ Việt Nam có nghĩa là vượt về Phương Nam mà "Trong tất cả truyền thống đạo lý Đông phương, phương Nam luôn luôn có nghĩa là "chỗ hội tụ tập đại thành của đạo lý" (Lão Trang ở phương Nam, tư tưởng Bát Nhã cũng nằm ở phương Nam, trọn cả Nhập Pháp Giới Phẩm) của Hoa Nghiêm kinh đều nhấn mạnh Thiện Tài liên tiếp đi về phương Nam để học đạo".

Và vị Thiện Tri Thức cuối cùng trong năm mươi ba vị Thiện Tri Thức mà Thiện Tài đến tham vấn là Bồ Tát Di Lặc. Trước khi Bồ Tát Di Lặc mở tháp Tỳ Lô trang nghiêm cho Thiện Tài chiêm ngưỡng thì Bồ Tát đã không ngớt ca tụng những đức tính tuyệt vời của Bồ Đề Tâm (Bodhicitta), vì chính Bồ Đề Tâm nghĩa là khát vọng giác ngộ nóng bỏng đã khiến Thiện Tài mới có đủ sức mạnh tâm linh để làm một cuộc hành trình vĩ đại gặp gỡ các đạo gia, triết gia, những ông thức giả và những bà thức giả.

Nhưng vì sao Bồ Đề Tâm lại quan trọng đến như vậy? Thay vì trả lời trực tiếp D.T. Suzuki đã nói lên tầm quan trọng của Nhập Pháp Giới Phẩm: "Ganda quả là một bản truyện kí của những nỗ lực tri thức và tâm linh xuất hiện quanh câu hỏi Hạnh của Bồ Tát là gì? Nghĩa là ý nghĩa của đời sống con người là gì? Sự trỗi dậy của Bồ Đề Tâm là chìa khóa mở vào bí ẩn muôn đời đó, chính đó là lí do vì sao Bồ Tát Di Lặc đã nói hết sức cặn kẽ và rộng rãi về Bồ Đề Tâm".

Thế là có nghĩa là ngày nào chúng ta chưa phát Bồ Đề Tâm thì ngày đó chúng ta chưa tìm được ý nghĩa đích thực của đời sống.

Bài thơ được chia làm mười hai đoạn và một đoạn có bốn câu.

Trong mười hai đoạn đó, đều được mở đầu bằng một câu duy nhất:

Chim Ca Lăng kêu sương

Chim ca lăng gọi cho đủ là chim Ca Lăng Tần Già, một loại chim huyền thoại từng sống trên đỉnh Hi Mã Lạp Sơn cao nhất thế giới nhưng đồng thời cũng là tên của một vị Bồ Tát nữa. Bồ Tát Di Lặc đã đem con chim huyền thoại này để ví dụ cho Thiện Tài thấy cái vĩ đại của Bồ Đề Tâm:

"Như chim Ca Lăng Tần Già (Kalavinka) dù chưa ra khỏi vỏ trứng, mà đã có khả năng ca hát tuyệt vời, tiếng hát của nó đã hơn hẳn tất cả đàn chim trên Hi Mã Lạp Sơn. Cũng vậy, khi Bồ Tát Ca Lăng Tần Già (Bodhisattva Kalavinka) bắt đầu công hạnh lúc đang ở giữa cõi luân hồi mà không lui sụt nên có khả năng làm tâm đại bi và Bồ Đề Tâm không hề bị thoái hóa vào tất cả thành tựu của Thanh Văn và Duyên Giác".

Trong số những đức tính Bồ Đề Tâm mà Bồ Tát Di Lặc đã ca ngợi với Thiện Tài, tôi nhớ Phạm Công Thiện thường nhắc tới những câu sau đây. Những câu mà theo tôi, rất phù hợp với tâm hồn gần như lúc nào cũng đều dậy lửa của anh:

"Bồ Đề Tâm như lưỡi cày vì dọn sạch ruộng Tâm của hết thảy

chúng sanh", "Bồ Đề Tâm như dao bén vì chặt đầu phiền não", "Bồ Đề Tâm như cõi đất vì gìn giữ tất cả thế gian", "Bồ Đề Tâm như ngọn lửa vì đốt cháy tất cả hý luận", "Bồ Đề Tâm như núi tuyết (Himalaya) và sản xuất đủ tất cả các cây thuốc trí tuệ", "Bồ Đề Tâm như kim cương (Vajra) vì xuyên thủng hết thảy mọi thứ" và đặc biệt là câu: "Bồ Đề Tâm như hố thẳm vì có làm sụp đổ tất cả các ác pháp" mà tôi đã nhớ là trong một bài viết trên báo Tin Phật của Tổng Vụ Hoằng Pháp (trước năm 1975) anh đã nói rằng từ khi đọc được câu này trong kinh Hoa Nghiêm thì cảm thấy mình "như đang đi hổng chân trên mặt đất", và cũng vì đọc được câu này mà anh đã tung ra một loạt tác phẩm mang tên Hố Thẳm như Hố Thẳm Tư Tưởng hay Im Lặng Hố Thẳm chẳng hạn.

Không còn hồ nghi gì nữa, chính thứ ngôn ngữ kì lạ của Ganda đã cuốn hút mãnh liệt để Phạm Công Thiện viết nên bài thơ có tên là Lên Đường, cũng bằng thứ ngôn ngữ sấm sét như vậy. Thứ ngôn ngữ mà tôi tin chắc rằng, không chỉ thúc giục anh lên đường mà có lẽ tất cả chúng ta nữa. Ví dụ đoạn bốn trong bài thơ:

Chim Ca lăng kêu sương
Tôi sụp lạy đại dương
Lôi Bồ Đề Tâm dậy
Sấm sét nổ mười phương.

Hay đoạn bảy:

Chim Ca Lăng kêu sương
Tôi sụp lạy vô thường
Lôi Bồ Đề Tâm dậy
Sấm chẻ đứt: Kim cương.

Nhưng trên đường đi, kẻ lữ hành không chỉ gặp "sấm sét nổ mười phương" hay "sấm sét chẻ đứt: Kim cương" mà kẻ lữ hành còn bất ngờ gặp những bông hoa xinh xắn, dịu dàng nữa. Có thể đó là đóa hoa quỳnh:

Chim Ca Lăng kêu sương
Tôi sụp lạy thiên hương
Bồ Đề Tâm tăng trưởng
Bông quỳnh nở bất thường.

Hoặc cây bông trang đang nở rộ:

Chim Ca Lăng kêu sương
Tôi sụp lạy vách tường
Bồ Đề Tâm qui ngưỡng
Bông trang nở đầu đường.

Hai đóa bông quỳnh và bông trang thơ mộng này chắc chắc Phạm Công Thiện đã lên đường tìm kiếm từ lâu lắm rồi nhưng đến bây giờ anh mới gặp được chăng?

Mười lăm tỉ năm qua
Từ vạn triệu sơn hà
Bây giờ ta mới tới
Gặp lại em hôm qua.

Phạm Công Thiện vốn nổi tiếng giỏi ngoại ngữ nhất là các ngôn ngữ Tây phương. Hồi mới mười sáu tuổi anh đã soạn Anh Ngữ Tinh Âm Từ Điển. Việc thông thạo các thư tiếng Tây phương, chắc chắn đã quyết định hướng đi cho anh. Ngoài hai tác phẩm Nguyễn Du, đại thi hào dân tộc và Một đêm siêu hình với Hàn Mặc Tử thì tất cả các tác phẩm còn lại đều viết về các triết gia, văn hào và thi hào trên thế giới. Vào những năm cuối đời, Phạm Công Thiện còn dịch và viết nhiều về tư tưởng Phật giáo Mật Tông Tây Tạng nữa.

Vậy, Phạm Công Thiện có tự nói gì về con đường sáng tác của chính mình? Tôi còn nhớ trong tác phẩm Ý Thức Bùng Vỡ anh đã biết một câu như thế này:

Phải đẩy sự ly hương đến cùng độ thì mới biết thế nào là nỗi nhớ quê hương.

Vậy là chính anh đã tự nhận mình là kẻ đã "đẩy sự ly hương đến cùng độ". Bây giờ ta thử xem anh đã thể hiện "nỗi nhớ quê hương" trong các tác phẩm của anh như thế nào?

Trước hết là quê hương theo nghĩa đen, nghĩa là nơi chôn nhau cắt rốn. Phạm Công Thiện vốn chào đời ở Mỹ Tho bên dòng sông Cửu Long. Đây là con sông hùng vĩ phát nguyên từ Tây Tạng trên đỉnh Hi Mã Lạp Sơn. Trong tập thơ Ngày Sinh Của Rắn anh đã nhắc đến con sông với đầy hãnh diện:

Cửu Long ca từ Tây Tạng

Tuổi thơ anh cũng như bao trẻ thơ khác ở Mỹ Tho đã từng bơi lội trên dòng sông này. Sau này lớn lên đi khắp thế giới, mỗi khi có dịp ngồi nhớ lại tuổi thơ của mình, anh vẫn quả quyết rằng, khắp thế giới không có nơi nào thơ mộng hơn cảnh tượng này:

"Tuổi thơ tắm sông, ăn bần, khắp thế giới không có cảnh tượng nào thơ mộng hơn nữa. Nó ngồi học lại từng tên cây lá, từng bông hoa quê hương. Cuộc đời của nó được lớn lên giữa những đám dừa nước, bần, lau, sậy, lác, dứa, vẹt, cóc kèn, ô rô".

Cũng giống như bất cứ một người Việt Nam nào khi rời bỏ thôn quê sống ở thành thị đều luôn nhớ những con trâu trên những cánh đồng hay trên nương rẫy của một thời tuổi thơ đã xa xôi:

"Ôi! Những con quạ đậu trên lưng trâu, ơi tuổi thơ nào đã bay mất trên những con trâu già quê hương? Những con trâu Việt Nam, Những con trâu Việt Nam".

Nếu một người nào đó suốt đời chỉ quanh quẩn nơi các thành phố của quê hương rồi nhớ và kêu lên một cách tha thiết như vậy thì có lẽ không làm cho ta xúc động nhiều. Nhưng một người như Phạm Công Thiện hơn bốn mươi năm rời bỏ quê hương đất nước đã từng sống nơi những đô thị tân tiến và hiện đại nhất như Paris, London, NewYork, Washington hay Los Angeles... thì khi nhớ đến những con trâu già của tuổi thơ trên quê hương thì chắc chắn phải làm cho anh bồi hồi và xúc động hơn nhiều.

Và một điều vô cùng quan trọng hơn nữa là trong các tác phẩm của Phạm Công Thiện mà hầu hết đều viết về các triết gia, văn hào và thi hào trên khắp thế giới nhưng dường như lúc nào anh cũng để một vị trí đặc biệt cho các Thiền sư, nhà văn hay nhà thơ của quê hương đất nước. Ví dụ trong tác phẩm rất quan trọng là Im Lặng Hố Thẳm (có thể là quan trọng hơn cả ý thức mới trong văn nghệ va triết học), Phạm Công Thiện đã mở đầu bằng hình ảnh của một Thiền sư đứng chót vót không chỉ với tư tưởng Việt Nam mà còn cả tư tưởng của nhân loại nữa:

"Thiền sư Không Lộ thời Lý của quê hương một lần kia cô đơn bước lên tận một đỉnh núi chót vót và sực kêu lên một tiếng bơ vơ làm lạnh cả bầu trời xanh lơ đầy mây trắng. Dưới kia là hố thẳm hoang sơ, hố thẳm của quê hương, niềm câm lặng của hố thẳm bỗng vọng lên Tính và Việt: Triết lý Việt Nam ra đời, vỗ cánh bay lên như phượng hoàng để rồi mười năm sau làm rồng bay vút trời nhân loại...

Hữu thì trực thượng cô phong đỉnh
Trường khiếu nhất thanh hàn thái hư.

Tiếng nói ấy, tiếng kêu trầm thống ấy làm lạnh buốt cả bầu trời và xoáy vòng cuộn xuống hố thẳm, xuống niềm im lặng của hố thẳm mà người xưa gọi là: "uyên mặc".

Phạm Công Thiện vốn rất say mê Vương Duy một đại thi hào vào thời đại nhà Đường của Trung Quốc, đặc biệt nhất là hai câu:

Nhất sinh kỷ hử thương tâm sự
Bất hướng không môn hà xứ tiêu.

(Ở đời bao chuyện thương tâm
Không về cửa Phật biết làm sao khuây?)

Mà Phạm Công Thiện đã tự trả lời hai câu trên của Vương Duy: "Mặc dù tự hỏi như vậy, nhưng Vương Duy cũng thừa hiểu rằng Không Môn nằm ngay giữa lòng thương tâm sự". Nhưng quan trọng nhất trong toàn thể thi nghiệp của Vương Duy theo Phạm Công Thiện vẫn là bài thơ Lộc Trại: "Chỉ có hai chục chữ thôi mà Vương Duy đã linh hiện sự bình yên bao la nhất trên tất cả những đỉnh cao của thi ca nhân loại:

Không sơn bất kiến nhân
Đản văn nhân ngữ hưởng
Phản ảnh nhập thâm lâm
Phục chiếu thanh đài thượng.

(Đỉnh núi trống vắng, không thấy người mà chỉ có nghe tiếng xa đồng vọng, ánh nắng xế chiều đi vào rừng sâu, chiếu rọi trở lại trên vùng rêu xanh).

Theo Phạm Công Thiện bài thơ này đã được nhiều thi sĩ nổi tiếng trên khắp thế giới như Gary Snyder, Keneth Rexroth hay Burton Watson dịch sang tiếng Anh nhưng quan trọng nhất theo anh vẫn là nhà thơ Mễ Tây Cơ Octavio Paz người đoạt giải văn chương Nobel vào năm 1990 dịch ra tiếng Tây Ban Nha và Octavio Paz còn "cho rằng bài thơ trên của Vương Duy chiếu hiện lên thế giới Tây phương tịnh độ của Đức Phật A Di Đà". Từ nhận xét trên của Octavio Paz, Phạm Công Thiện viết một câu vô cùng quan trọng sau đây: "Nhận xét trên của thi sĩ Octavio Paz đáng được chúng ta trầm tư, nếu chúng ta đủ sức mạnh tâm linh để lời nhận xét của Octavio Paz trở về mấy câu kín đáo sau đây của đời Trần ở quê hương, mấy câu bằng chữ Nôm đơn sơ mà đủ nuôi nguyên khí để nuôi dưỡng mấy ngàn năm hiện thức tuyệt đỉnh của dân tộc: Tịnh độ là lòng trong sạch, chớ còn hỏi đến Tây Phương, Di Đà là tính sáng soi, mựa phải nhọc tìm Cực Lạc".

Mặc dù tác phẩm Nguyễn Du, đại thi hào dân tộc hơn bốn trăm trang, nhưng theo tôi chỉ một đoạn ngắn sau đây của Phạm Công Thiện cũng đủ nói lên hết tất cả sự vĩ đại của Nguyễn Du đối với các thi hào của toàn thể nhân loại: "Chỉ cần một cơn gió nhẹ thở và thổi qua rặng Vi lô bên bờ Ái Nhĩ Lan bé nhỏ cũng đủ thay đổi trọn vẹn không khí thi ca Anh Cát Lợi. Chỉ sáu chữ của Nguyễn Du cũng đủ làm xuất hiện một buổi chiều trong những buổi chiều hoang vu nhất của Việt Nam:

Vi lô san sát hơi may...

Nguyễn Du đã lắng nghe hơi may, Yeats đã lắng nghe hơi gió và Seamus Heaney cũng đã lắng nghe được hơi thở nào của thiên địa lúc hồi tưởng lại những nơi chốn linh hiện của truyền thống quê hương". (Khơi Mạch Nguồn Thơ tr 15).

Đây có phải là lòng tự tôn về dân tộc của mình rồi phóng đại hay cường điệu lên không? Chắc chắn là không. Với Phạm Công Thiện tổ tiên hay quê cha đất tổ luôn luôn là một cái gì vô cùng thiêng liêng trong tâm hồn của anh:

"Con người chỉ biết nghe khi con người nghe được tiếng nói thì thầm của tổ tiên mình đồng vọng từ bao nhiêu ngàn năm từ suối nguồn núi cao cho đến cơn gió vèo qua rặng lau sậy dưới bãi biển chiều hôm nay. Chiều hôm nay là tất cả buổi chiều trên mặt đất".

Phạm Công Thiện đã viết như vậy vào một buổi chiều nơi tận địa đầu thế giới nghĩa là khi "đã đẩy sự ly hương đến cùng độ" nói theo cách nói của anh.

Còn một quê hương nữa mà ta không thể nào không để cập ở đây, đó là quê hương tâm linh. Như mọi tâm hồn lớn khác, Phạm Công Thiện cũng suốt đời đi tìm kiếm một quê hương tâm linh của chính đời mình, và quê hương tâm linh mà anh đã lựa chọn đó chính là Phật giáo. Vì sao lại là Phật giáo? Trong tác phẩm Im Lặng Hố Thẳm, nơi chương đầu có tên là Phá hủy biện chứng pháp Phạm Công Thiện đã nói lên sự vĩ đại của Phật giáo khi để Phật giáo đối mặt với tư tưởng Tây phương cũng như đạo lí Đông phương như thế này: "Triết lý và văn minh Tây phương khởi đầu và chấm dứt nơi của cái chết Jesus và Socrate. Triết lý và văn minh Đông phương khởi đầu và chấm dứt nơi ngoài thành của Đông, lúc Khổng Tử đứng tiều tụy và tự nói rằng mình giống như "con chó mất chủ", lúc Lão Tử cỡi trâu bỏ đi về phía Tây. Phật không khởi đầu và không chấm dứt mà mở rộng phương trời cho khởi đầu thành khởi đầu và chấm dứt thành chấm dứt".

Bởi vậy Phạm Công Thiện cho rằng, Phật giáo chẳng những điều động "trọn vẹn cả tính mệnh Đông phương, mãnh liệt nhất là tính mệnh của Việt Nam đặc biệt là từ thời Lý cho đến hôm nay" mà Phật giáo còn "đứng nơi đỉnh của vũ trụ, đương thời và đồng thời với sự bắt đầu của vũ trụ". Trong lời tựa cho tác phẩm Triết Lý

Việt Nam Về Sự Vượt Biên Phạm Công Thiện Viết một câu mà đọc lên tôi có cảm tưởng là anh đã viết cho chính anh sau hơn nửa đời người lang bạt khắp thế giới:

"Trong ý nghĩa khác, có người đột nhiên mới hiểu tại sao Novalis gọi triết lý là nỗi nhớ đất mẹ, là cơn đau hoài hương".

Cách đây gần đúng nửa thế kỷ, Phạm Công Thiện leo lên đồi cao chùa Hải Đức (Nha Trang). Đây là ngôi chùa mà anh đã bắt đầu cho cuộc lên đường tìm kiếm một quê hương vĩnh cửu cho chính đời mình và cũng chính tại nơi đây anh đã từng trải qua những giấc mơ tuyệt đẹp:

Trong mơ em vẫn còn bên cửa
Tôi đứng trên đồi mây trổ bông.

Người em nào còn đứng bên cửa? Có phải đó là một chốn quê mà anh đã vô tình đánh mất trên những nẻo đường lênh đênh?

Hiu hắt quê hương bến cỏ hồng.

Và sau này dù anh đã rời bỏ đồi cao nhưng những giấc mơ tuyệt đẹp ấy vẫn cứ nuôi dưỡng tinh thần cho cuộc đời của anh: "Nhưng đại dương có phải là một thực tại? Không, đại dương là một giấc mộng. Thiền là một giấc mộng đặt trên một giấc mộng".

Và phải chăng cái mà Novalis (hay Phạm Công Thiện) gọi là Đất Mẹ là cơn đau hoài hương ấy chắc còn đẹp bằng hay hơn cả một giấc mộng đặt trên giấc mộng như một lần Phạm Công Thiện đã phát biểu như vậy trong một bài tùy bút cũng đẹp chẳng khác gì một giấc mộng có tên là Con Bướm Băng Qua Đại Dương.

Nha Trang, mùa hè 2011.

THƠ TUỆ SỸ HAY LÀ TIẾNG GỌI CỦA NHỮNG ĐÊM DÀI HEO HÚT

Bài viết của Thích Phước An, khó mà gọi thật chính xác thể loại của nó. Bắt đầu là hồi ức của tác giả từ một chuyến xe đò đưa "Sư huynh" Tuệ Sỹ ra Vạn Giã, lên rừng làm rẫy vào cuối hè 1997. Đó là cú hích cho miên man những cảm nhận về thơ Tuệ Sỹ trong sự va đập với thơ ca và cuộc đời của Tô Đông Pha, với tư tưởng Trang Tử, trong suy tưởng về lời Đức Phật âm ba trong các bộ Kinh. Người đọc còn nhận được những gửi gắm trong chính tâm tư của tác giả Thích Phước An. (**Trang Web Nguyễn Hoa Lư**)

Khởi đầu của cuộc Lữ

Lúc ấy là cuối hè 1976, tôi đưa anh Tuệ Sỹ đi Vạn Giã để anh khởi sự một cuộc đời mới. Anh đi tìm rừng để làm rẫy. Dù từ Nha Trang đi Vạn Giã đường quốc lộ rất bằng phẳng, lại chỉ khoảng chừng 60 cây số, nhưng tôi có linh cảm rõ rệt rằng, đây sẽ là chuyến đi gian nan và nguy hiểm nhất của đời anh.

Khi ngồi trên chiếc xe đò cũ kỹ chậm chạp, tôi cứ nhớ đến bốn câu thơ của Tô Đông Pha, một thi hào đời Tống bên Trung Quốc, mà Tuệ Sỹ đã trích dịch và bình giải trong tác phẩm *Tô Đông Pha Những Phương Trời Viễn Mộng* của anh:

Hai thứ tóc, người đi ngoài bảy ngàn dặm,
Một thân côi, thác đổ xuống mười tám thác ghềnh
Nhớ núi Hĩ Hoan đọa đày viễn mộng
 Đất tên Hoàng Khủng lệ khắp cô thần.

(Thất thiên lý ngoại nhị mao nhân
Thập bát than đầu nhất diệp than
Sơn ức Hĩ Hoan lao viễn mộng
Địa danh Hoàng Khủng lệ khắp cô thần).

Theo Tuệ Sỹ, Tô Đông Pha làm bài thơ trên năm ông 59 tuổi, trong lúc đang giữ chức Đoan Minh điện kiêm thị độc học sĩ, ngoại nhiệm ở Định Châu thì bị giáng chức, và đày đi đến tận đảo Hải Nam. Muốn đến Hải Nam thì phải đi qua đất Cống Châu, sông Cống chảy qua mười tám ghềnh thác đổ. Khi bắt đầu vào Cống Châu thì có một cái thác nước, được gọi là thác Hoàng Khủng. Tuệ Sỹ giải thích cái thác có tên kỳ lạ ấy: *"Cái tên đó cũng đủ thấy cái thế tuôn trào xuống của nó. Trong cái kinh hoàng nơi khách địa đó, thơ ông vọng về cố quận khơi vơi."*

Trong cách giải thích đó của Tuệ Sỹ thì ta có thể thấy được rằng, sự hiểm nguy và gian khổ đã bắt đầu quyến rũ anh mất rồi. Nhưng đâu phải chỉ có riêng Tuệ Sỹ. Mà dường như hầu hết những con người nghệ sỹ tài hoa cũng đều bị quyến rũ như vậy. Tôi nhớ có một nhà văn Tây phương đã nói một câu bất hủ rằng: "Chỉ khi nào đời sống của chúng ta bắt đầu lâm nguy, thì lúc đó chúng ta mới thực sự biết sống." Đúng vậy, vì phố Hĩ Hoan vẫn có từ bao đời rồi, vậy mà tại sao phải đợi đến lúc đối mặt với thác Hoàng Khủng, có nghĩa là đối mặt với giây phút hiểm nguy nhất thì phố Hĩ Hoan bỗng trở thành nỗi nhớ da diết trong lòng thi nhân? Vì sao? Tuệ Sỹ giải thích: *"Hĩ Hoan và Hoàng Khủng tình trong một mà cảnh tượng đôi bờ. Bên này là những nét kiêu hùng man dại của đất khách. Bên kia là tình nồng đượm của quê hương. Chỗ đó, ông gọi là "Lao viễn mộng."*

Tất nhiên hai trường hợp hoàn toàn khác nhau. Vì con đường từ Nha Trang đi Vạn Giã không hề có sông Cống chảy qua mười tám ghềnh thác đổ, và vì vậy nên cũng chẳng có thác Hoàng Khủng. Thế nhưng tôi nghĩ rằng, nếu có thì chỉ có cái thác Hoàng Khủng đang tuôn chảy bên trong của mỗi con người chúng ta mà thôi. Và xét cho cùng thì, cái thác đang tuôn chảy ào ạt bên trong mới đáng sợ hơn là cái thác Hoàng Khủng bên ngoài mà Tô Đông Pha đã từng đối diện.

Và những năm tháng như dài đẳng đẳng ấy, tôi nghĩ rằng, bất cứ người Việt Nam nào, ít nhiều thì đã từng nghe cái thác ấy tuôn chảy trong chính mình.

Tuệ Sỹ cũng vậy, nhưng có thể cái thác của anh chảy khốc liệt hơn nhiều, và tôi đã biết chắc rằng, anh đã chuẩn bị tinh thần để đối diện với nó từ rất lâu rồi, dù anh biết là phải trải qua nhiều đọa đày: *"Đọa đày viễn mộng, bốn chữ ấy vừa kiêu sa vừa cô quạnh, mùa thu và tóc trắng hiện ra những nét vừa khốc liệt vừa man mác."*

Có lẽ, cũng vì bốn chữ *"đọa đày viễn mộng"* ấy, mà Tuệ Sỹ đã từ bỏ chức giáo sư cũng như Tổng thư ký tạp chí *Tư Tưởng*, cơ quan luận thuyết của viện Đại học Vạn Hạnh mà ra đi. Tuệ Sỹ ra đi trong lúc đang được sinh viên Vạn Hạnh cùng báo chí đều coi Tuệ Sỹ và Phạm Công Thiện là hai cây bút trẻ lỗi lạc nhất (lúc đó cả hai đều dưới 30) của văn học Phật giáo Việt Nam thời bấy giờ. Tuệ Sỹ được xem là quảng bác về Phật học và tư tưởng Đông Phương, còn Phạm Công Thiện thì lỗi lạc về triết lý Tây phương. Chính những bài viết của Phạm Công Thiện và Tuệ Sỹ (cả Ngô Trọng Anh nữa) trên tạp chí *Tư Tưởng* mới đủ sức thuyết phục một số nhà trí thức trẻ tuổi trở về Phật giáo qua Viện Đại học Vạn Hạnh. Trong số đó, đáng kể nhất là trường hợp cố giáo sư linh mục Lê Tôn Nghiêm. Lê Tôn Nghiêm là giáo sư triết Tây của các đại học Việt Nam như: Văn Khoa Sài Gòn, Huế và Đà Lạt, và được xem như là người giỏi triết Tây nhất trong các nhà khoa bảng Thiên Chúa giáo của Việt Nam. Cứ xem những bài viết trên tạp chí *Tư Tưởng* của Lê Tôn Nghiêm, ai cũng có thể đoán ngay được rằng, thế nào thì ông cũng sẽ từ bỏ Thiên Chúa giáo trong một ngày không xa. Và lời tiên đoán ấy rất đúng, vào những ngày cuối đời, sống tại Sài Gòn, Lê Tôn Nghiêm đã thờ Phật, ngồi Thiền và ăn chay như một phật tử thuần thành.

Cuối năm 1970, Phạm Công Thiện rời Việt Nam đi Pháp và không trở về nữa. Tuệ Sỹ thay Phạm Công Thiện coi sóc tạp chí *Tư Tưởng*, nhưng đến năm 1973 thì Tuệ Sỹ cũng ra đi. Từ đó, tờ *Tư Tưởng* không còn là tờ *Tư Tưởng* như lúc khởi đầu nữa, mà chỉ toàn là những bài viết có tính cách giáo khoa, mất hết không khí sáng tạo, giống hệt như các tập Cours dành cho sinh viên học thuộc lòng để cuối năm thi tốt nghiệp vậy. Tuệ Sỹ viết *Tô Đông*

Pha, Những Phương Trời Viễn Mộng vào năm 1970. Nếu nhìn theo cách nhìn của đa số người đời, thì có thể nói đó là những năm anh đã có địa vị tri thức lớn trong xã hội, nhưng anh vẫn không hề thỏa mãn với vị trí mà mình có được. Tuệ Sỹ vẫn ray rứt, vẫn đau khổ, vẫn đặt thân phận của mình trong nỗi đau khổ của quê hương đất nước. Trong lời tựa có đoạn Tuệ Sỹ viết: "*Những thảm họa lịch sử, và những thảm họa cuồng dại si ngốc của con người, càng lúc càng đổ dồn lên cuộc lữ. Thi đã đổi cách điệu, trở thành âm vang thống thiết của ly tao kinh, cuộc lữ đã trở thành cuộc đày ải.*"

Và đúng như Tuệ Sỹ đã viết, thì anh đã bỏ hẳn Vạn Hạnh, rời Sài Gòn, về nằm hiu hắt trên đồi cao lộng gió của chùa Hải Đức ở Nha Trang, nhưng chưa đầy hai năm thì xảy ra biến cố lịch sử 1975. Sau đó bao nhiêu người trí thức đều lần lượt ra đi, vì họ quá thất vọng, thất vọng vì chẳng còn bất cứ một cơ hội nào để họ có thể phục vụ cho đồng bào và tổ quốc của họ.

Tuệ Sỹ cũng vậy, nghĩa là cũng ra đi, nhưng anh có cách đi riêng của anh, không phải đi đến chân trời góc bể xa xôi nào, mà chính là tại nơi đây, nơi mảnh đất đang quằn quại trong đau khổ này, anh đã lên đường tìm kiếm chân trời viễn mộng:

Ngọn gió đưa anh đi mười năm phiêu lãng
Nhìn quê hương qua chứng tích điêu tàn.
Triều Đông Hải vẫn thì thầm cùng cát trắng
Chuyện tình người và nhịp thở của Trường Sơn.

Tất nhiên có nhiều cách để mỗi người chúng ta bày tỏ và chia sẻ nỗi đau khổ của quê hương. Nhưng dù sao thì cách lựa chọn của Tuệ Sỹ vẫn là cách lựa chọn đầy can đảm.

Chiều hôm ấy, chuyến xe đò mệt nhọc đưa anh và tôi đến Vạn

Giã. Nắng chiều ở những thị trấn nhỏ xa xôi vốn đã buồn và hiu hắt, nhưng buổi chiều hôm ấy tôi thấy nó lê thê và hiu hắt hơn. Cái nắng buồn chết người cũng nhiều lần đốt cháy tâm hồn Tuệ Sỹ: *"trên bước đường ngược gió của lữ khách đó, nắng hiu hắt trổi màu trầm tư tịch mặc giữa những tàn lụi, hoang phế và băng hoại; là sự chung cục của tất cả trong sự hủy diệt nồng nàn."*

Đêm ấy, hai anh em nghỉ lại tại chùa Linh Sơn, một ngôi chùa xưa tịch mịch nằm sát thị trấn Vạn Giã. Nửa đêm nghe chuyến tàu lửa chạy băng qua sau chùa, lòng tôi vốn đã hoang mang lại càng hoang mang hơn khi nghĩ đến con đường dài mà ngày mai tôi và anh phải lê bước; đen tối và ảm đạm làm sao! Nhưng tôi vẫn phải luôn luôn tự tìm lý lẽ để trấn an lòng mình ngay rằng, gian nan và hiểm trở luôn luôn là điểm hẹn tuyệt vời của những kẻ tài hoa, vì nếu không có gian nan và hiểm trở thì tinh hoa của họ làm sao phát tiết được? Chẳng phải Tuệ Sỹ đã từng viết về một người tài hoa nhưng phải gánh chịu nhiều bất công, oan nghiệt như thế này hay sao?

"Đó là đoạn đường gian nan hiểm trở. Trên đoạn đường đó, thơ ông vang lên những tiếng dội lạ lùng, khổ đau cùng cực, trộn lẫn với hào khí ngất trời nhưng lại đượm những chân tình hoài vọng quê hương."

Và phải chăng cái hào khí ngất trời đó lại được tiếp nối tại Việt Nam bởi một con người cũng nhiều đau khổ, nhiều bất hạnh như Tô Đông Pha chăng?

Rừng khuya bên bếp lạnh

Năm 1969 nhà xuất bản Ca Dao của Hoài Khanh in cuốn *Đi vào Cõi Thơ* của Bùi Giáng. Ngoài những nhà thơ lớn như Huy Cận,

Xuân Diệu, Hàn Mặc Tử, Quang Dũng, v.v. Bùi Giáng đã bất ngờ dành những trang đầu sách để viết về một bài thơ của Tuệ Sỹ. Dù bài viết chưa đầy 6 trang, nhưng ảnh hưởng rất lớn. Tất nhiên một phần cũng nhờ vào tài bình thơ của Bùi Giáng, nên mới có ảnh hưởng lớn như vậy. Vào đề Bùi Giáng viết: *"Tuệ Sỹ là một vị sư. Ông viết văn nghiêm túc, những sở tri của ông về Phật học quả thực quảng bác vô cùng, thấy ông về người khắc khổ, không ai ngờ rằng linh hồn kia còn ẩn một nguồn thơ thâm viễn u u."*

Đúng như Bùi Giáng đã viết: *"Không ai ngờ rằng"* vì trước đó chỉ biết Tuệ Sỹ là một cây bút lý luận về Phật học, đọc rất khó hiểu, có thể nói là rất khô khan nữa. Nếu ai đã từng đọc bài: "Luận Lý Học Trên Chiều Tuyệt Đối" Tuệ Sỹ viết về Long Thọ và lập trường Tánh Không Luận đăng trên tạp chí Tư Tưởng, mà sau đó nhà xuất bản An Tiêm in thành sách vào năm 1970 đổi lại để là *Triết Học Tánh Không* thì sẽ thấy nhận định của Bùi Giáng là hoàn toàn chính xác. Có một lần tôi than với Tuệ Sỹ là: "Đọc triết học Tánh Không chẳng hiểu gì cả" thì anh cười và nói đùa lại với tôi rằng: "tôi là tác giả của nó mà đọc lại còn chưa hiểu huống gì là ông."

Xin được nhắc lại một chút kỷ niệm riêng tư như vậy, để thấy rằng con người mà bên ngoài có vẻ như "khắc khổ" và "khô khan" ấy, thì có ai ngờ rằng "linh hồn kia còn ẩn một nguồn thơ thâm viễn u u."

Nguồn thơ của Tuệ Sỹ "thâm viễn u u" chỗ nào?

Từ núi lạnh đến biển im muôn thuở
Đỉnh đá này và hạt muối đó chưa tan.

Bùi Giáng chỉ cho ta thấy chỗ ấy: *"tưởng chừng nghe ra "cao cách điệu" bi hùng của một Liệp Hộ, một Nerval, một chỗ trầm thống nhất trong cung bậc Nietzsche.*" *(Đi Vào Cõi Thơ)* Nhưng với tôi, hai câu ở cuối bài mới thực sự gây nhiều xúc động về con người và tâm hồn u uẩn của Tuệ Sỹ:

Giờ ngó lại bốn vách tường ủ rũ
Suối nguồn xa ngược nước xuôi ngàn.

Đọc hai câu hai ấy, rồi nghĩ đến con người đầy khí phách của anh, tôi thấy mình như có thêm sức mạnh tinh thần để vươn lên khỏi những lồ nhô lố nhố của cuộc sống đời thường. Thì ra, những thứ lợi danh bọt bèo mà con người đang tranh giành nơi những thành phố chật chội và bụi bặm kia, cũng chỉ quyến rũ được một số người thôi. Nhưng loại người này là ai? Và họ làm gì? Tôi cứ nghĩ đến con ve và con chim cưu trong *Nam Hoa Kinh* của Trang Tử. Khi hai con vật nhỏ bé này thấy con chim Bằng cất cánh bay đến chín muôn dặm cao, cỡi lên cả lớp gió ở dưới nó. Chừng ấy, lưng chịu trời xanh, rộng đường xoay trở, nó bay thẳng qua Nam.

Một con ve nhỏ và một con chim cưu thấy vậy, cười và nói với nhau: "Ta, thì quyết bay vụt lên cây du, cây phượng. Nếu như bay không tới mà lỡ có té xuống đất thì cũng không hề gì! Bay cao chín muôn dặm, sang Nam mà làm chi! Ta thích đến mấy cánh đồng gần gũi đây, ăn ba miếng no bụng rồi về. Nếu ta đến chỗ xa hơn trăm dặm thì ta có lương thực ba tháng. Và rồi Trang Tử kết luận: "*Hai con vật đó mà biết gì? Kẻ tiểu trí làm sao theo kịp người đại trí?*"

Ta có thể khẳng định được rằng, câu nói như đinh đóng cột ấy của Trang Tử đã nuôi dưỡng sức mạnh vĩ đại cho biết bao nhiêu thế hệ kẻ sĩ của Đông phương từ hơn hai ngàn năm nay.

Nhưng ta cũng phải thừa nhận một sự thật phũ phàng rằng, loại ve và chim cưu này thì thời nào cũng sanh sản quá nhiều, nên cuộc đời vẫn cứ bị vẩn đục, và kẻ trí lúc nào cũng chịu nhiều gian truân. Nhưng đã là kẻ trí đúng nghĩa thì bao giờ cũng lấy niềm vui của thiên hạ làm niềm vui của chính mình; khi con người vẫn còn đau khổ thì làm sao kẻ trí lại có thể an nhiên ngồi hưởng hạnh phúc cho riêng mình được. Nhưng sự đau khổ cũng là một nhu cầu cần thiết cho kẻ trí, vì chính sự đau khổ mới tôi luyện cho tâm hồn họ trở thành cao rộng ra. Có lẽ cũng chính vì vậy mà ta vẫn thường thấy là kẻ trí xưa nay vẫn say mê sông dài biển rộng, nhất là núi non hiểm trở, bởi vì tất cả những thứ ấy đều là biểu tượng cho cái gì cao thượng mà tâm hồn họ luôn luôn mơ ước vươn tới.

Bởi vậy, mặc dù chỉ mới biết núi Lô Sơn qua thơ văn, sách vở, nhưng Tuệ Sỹ đã dành một chương để viết về ngọn núi hùng vĩ này với tất cả sự đam mê: *"Lô Sơn hùng vĩ, phiêu bồng, nhưng u uẩn. Lòng núi giấu kín những tâm sự ngàn năm không nói; lòng núi ủ kín những cuộc đời trầm mặc, những thân thể gầy khô như hạc như trúc, những tâm hồn nguội lạnh như tro tàn mùa đông. Núi âm thầm, cho gió ngàn gào thét, cho mây trời vần vũ, và những dòng thác từ trên tuyệt đỉnh cao mù đổ ào xuống"*. Mặc dù núi này chỉ là một khối đất đá vô tri vô giác, nhưng trong cách nhìn của những nghệ sĩ tài hoa thì núi non dường như mang cả cái hồn thênh thang của vũ trụ, núi âm thầm đứng đó như để làm chứng nhân cho những tang thương và dâu bể của cuộc đời: *"Từ thế kỷ này đến thế kỷ khác, trên dòng lịch sử trường mộng của nhân sinh đổ ầm xuống; có những cuộc thi gan tuế nguyệt diễn ra trong lạnh lùng, cô tịch. Ngày và đêm, đày đọa hình hài và tâm não, đứng trơ vơ, kinh đảm hãi hùng, trên chiếc cầu độc mộc bắc ngang qua ghềnh sanh tử."*

Vì quá say mê núi non rừng thẳm như vậy, nên khi vừa đặt chân đến núi rừng Vạn Giã, khi đứng nhìn những đám mây trắng bay là đà trên các tảng đá, trên đỉnh núi cao, Tuệ Sỹ như muốn trút hết tâm sự của chính mình cho núi rừng nghe:

Núi rừng những giấc mộng đen
Tóc em xõa thanh xuân còn bé bỏng
Trên đỉnh đá mây trời tơ lụa mỏng
Ta làm thân nô lệ nhọc nhằn.
(Núi rừng Vạn Giã)

Thỉnh thoảng một hoặc hai tuần tôi lại từ Nha Trang ra Vạn Giã để thăm anh. Con đường đi đến nơi anh làm rẫy quanh co khúc khuỷu nên rất khó đi, mùa mưa lại càng khó đi hơn nữa vì đường bị trơn trượt. Đôi khi tôi ở lại đêm với anh trong túp lều tranh do tự tay anh cất lấy. Những lúc ở lại đêm như vậy, tôi lại càng cảm phục sức chịu đựng của anh. Đêm nơi đó chẳng có gì cả, ngoài ngọn đèn dầu leo lét trong túp lều tranh và bóng tối mịt mù giữa núi rừng mênh mông.

Tô Đông Pha khi bị đày ở Hoàng Châu cũng phải đi làm ruộng để kiếm sống qua ngày. Nhưng hoàn cảnh Tô Đông Pha có khá hơn chút đỉnh, vì đọc 8 bài thơ ông tả cảnh làm ruộng của nông dân ta còn thấy ít ra Tô Đông Pha còn có các bạn nông dân thân thiết để tâm sự hàng ngày như "bác Phan, bác Quách, bác Cổ." Nên Tô Đông Pha mới bảo rằng: *"Thú đồng quê dù cực nhọc mà tựa như nhàn."* Nhưng về tâm sự thì chắc là rất giống nhau, vì cả hai ta đều nghe ra trong thơ họ tiếng thở dài ngậm ngùi cho giấc mộng còn dang dở.

Vị nhân thích lỗi thán

Ngã lẫm hà thời cao!

mà Tuệ Sỹ đã dịch và diễn lại theo ý mình là: "*Buông cày đứng than thở, đứng bùi ngùi thở dài.thở dài cho kho lúa đầy cao, và cũng thở dài cho trời xa và cõi mộng xa.*"

Cách dịch và diễn ý lại như vậy chắc chắn là để gửi gắm tâm sự của người dịch. Tâm sự đó càng rõ hơn nữa khi Tuệ Sỹ cũng giống như Tô Đông Pha ở Hoàng Châu, nghĩa là phải đi làm rẫy, làm ruộng vì không có con đường nào khác:

Ta muốn đi làm thuê
đời không thuê sức yếu.
Ta mộng phương trời xa
trời buồn mây nặng trĩu.

Bởi vậy, nếu không đi làm rẫy thì cũng chẳng biết đi về đâu? Vì mọi con đường đã bị rào kín hết rồi?

Bước đường vẫn tủi nhục
Biết mình đi về đâu?

Đọc bài "Rừng Khuya Bên Bếp Lạnh" của Tuệ Sỹ, tôi có cảm giác như nỗi sầu của anh còn mênh mông hơn cả những đêm dài ngất lạnh mù khơi của núi rừng Vạn Giã:

Ai biết mình tóc trắng
Vì yêu ngọn nến tàn.
Rừng khuya bên bếp lạnh
Ngồi đợi gió sang canh.

Ngồi đợi gió sang canh? Hay là ngồi nhìn sững vào bóng đêm mịt mù để cố quên đi nỗi đau mà dân tộc đang gánh chịu:

Tôi vẫn đợi suốt đời quên sóng vỗ

Quên những người xuôi ngược Thái Bình Dương.

Vào những lúc đất nước loạn ly, nhân dân lầm than đau khổ, thì những người con yêu quý nhất của dân tộc vẫn thường hay ôn lại những chặng đường vinh nhục của lịch sử dân tộc mình. Để từ đó, họ có thể rút ra được một bài học lịch sử cho ngày mai, một ngày mai mà họ tin chắc rằng, dân tộc họ phải sáng lạn hơn hôm nay.

Năm 1974, tôi đưa anh Lê Mạnh Thát (một trong những nhà sử học lỗi lạc và có nhiều khám phá mới mẻ nhất của Phật giáo Việt Nam hiện nay) về Bình Định và Phú Yên, để anh tìm tư liệu nhằm hoàn thành bộ sử vĩ đại cho Phật giáo Việt Nam, mà những người đã đi trước anh như Trần Văn Giáp, Mật Thể và gần đây nhất là Giáo Sư Nguyễn Lang vẫn chưa có đủ điều kiện để làm được.

Trong chuyến đi ấy, tôi được anh kể cho tôi nghe lý do vì sao đã khiến anh đam mê lịch sử Việt Nam và nhất là lịch sử Phật giáo Việt Nam. Lê Mạnh Thát kể rằng, khi đang theo học tiến sĩ triết lý tại đại học Wisconsin ở Hoa Kỳ vào những năm 1966 đến 1972, tức là những năm mà Mỹ đã ném bom dữ dội nhất xuống miền Bắc và các chiến khu ở miền Nam Việt Nam, thì cứ đêm đến là các sinh viên thuộc các nước Đông Dương lại tụ tập trước truyền hình nhìn sững vào những cảnh tượng khủng khiếp đang diễn ra với hai tay chắp trước ngực và nước mắt chảy ràn rụa.

Từ đó, Lê Mạnh Thát cứ băn khoăn tại sao dân tộc mình lại cứ đau khổ triền miên như vậy? Và sức mạnh nào đã khiến cho dân tộc Việt Nam đủ sức đứng vững trước những tàn phá khủng khiếp như vậy? Chính những băn khoăn thắc mắc ấy đã khiến anh đam mê bộ môn lịch sử và Lê Mạnh Thát tin chắc rằng, sức mạnh kỳ lạ ấy của dân tộc có thể tìm lại được nơi các ngôi chùa xưa nằm rải rác ở các miệt miền quê nghèo khổ ở quê nhà. Thế là khi từ Mỹ trở về Việt Nam vào cuối năm 1973, anh đã lao ngay vào công việc với tất cả hăng say, chỉ trong khoảng có 10 năm thôi, mặc dù hoàn cảnh đất nước còn quá nhiều khó khăn, vậy mà những khám phá mới mẻ của anh đã làm các nhà sử học Việt Nam phải kính nể.

Và tôi cũng nghĩ rằng, chính vì quá đam mê lịch sử Việt Nam, và Phật giáo Việt Nam mà Lê Mạnh Thát đã phải cam chịu số phận với vận nước nổi trôi từ hơn hai thập niên qua.

Vào những đêm khuya khoắt nơi núi rừng Vạn Giã cheo leo, Tuệ Sỹ cũng từng ngồi nhớ lại cuộc hành trình dựng nước đầy gian lao khổ nhọc của tiền nhân bằng những câu thơ heo hút:

Tôi vẫn đợi những đêm đen lặng gió
màu đen huyền ánh mắt tự ngàn xưa.
Nhìn hun hút cho dài thêm lịch sử
dài con sông máu lệ quê cha.

Chính sự gian khổ của tiền nhân sẽ hun đúc ý chí cho những thế hệ đi sau. Họ tin tưởng một cách mãnh liệt vào sức mạnh truyền thống đã có tự bao đời của dân tộc. Chính từ sức mạnh quá khứ đó, họ có quyền mơ ước về một ngày mai tươi sáng cho dân tộc:

Mười năm sau anh băng rừng vượt suối
trên vai gầy từ thuở dựng quê hương.
Anh cúi xuống nghe núi rừng hợp tấu
bản tình ca vô tận của Đông phương.

Nhưng không phải lúc nào tâm hồn của Tuệ Sỹ cũng nặng trĩu ưu phiền, mà vẫn có những trường hợp ngoại lệ. Đó là vào một buổi sáng đẹp trời khi thi nhân đứng nhìn những giọt nắng mai đọng lại trên những bông cà màu tím. Cứ như lời trong bài thơ, thì ta có thể đoán được rằng giây phút đó, thi nhân dường như tạm quên hết nỗi phiền muộn nhọc nhằn hằng ngày, lòng bỗng rộn lên niềm yêu đời khi thi nhân biết rằng, nơi những chân trời xa xôi kia, sự sống vẫn tiếp tục và nắng mai vẫn đẹp như tự bao giờ:

Lận đận năm chầy nữa
Sanh nhai ngọn gió nồm.
Hàng cà phơi nắng lụa
Ngần ngại tiếng tha phương.

Mặc dù vậy, hai tiếng "ngần ngại" vẫn gợi cho ta xót xa biết chừng nào! Nhưng không hề gì, vì Tuệ Sỹ đã từng viết như thế này: *"Đất đó đọa đày thân xác mà không đọa đày viễn mộng; quê hương ân tình thắm thiết kia mới thực là đọa đày viễn mộng."*

Câu trên Tuệ Sỹ đã viết cho Tô Đông Pha, nhưng thực ra cũng là viết cho chính mình nữa.

Nhà Phật học của hai truyền thống

Chúng ta phải học Phật như thế nào? nghĩa là học cách nào để không bị nô lệ vào chữ nghĩa mà vì vô tình hoặc cố ý phủ nhận cái thực tại sinh động mà tinh thần Phật giáo Bắc Tông đã tác động một cách triệt để trên mọi lãnh vực tư tưởng, thi ca, hội họa và đặc biệt là đời sống tâm linh của các nước thuộc khu vực viễn Đông trong đó có cả truyền thống của Phật giáo Việt Nam chúng ta nữa?

Chẳng hạn, tại Việt Nam hiện nay có một số người đọc được vài câu kinh pháp cú, vài quyển thuộc kinh tạng Pali bằng tiếng Việt đã vội vã phủ nhận cái quá khứ của chính họ, họ cho rằng những kinh như *Di Đà, Lăng Nghiêm, Đại bi Thập Chú, Mông Sơn Thí Thực* không phải là "nguyên thủy", không phải là "nguyên thủy" theo họ có nghĩa là của ngoại đạo. Nhưng họ đã quên mất rằng, ngày xưa các bậc Tổ Sư của họ đâu có viết kinh pháp cú treo trên vách tường nhiều như bây giờ, mà nếu có treo thì cũng chỉ treo các bài kệ trong *Kinh Hoa Nghiêm, Pháp Hoa, Kim Cang, Kệ của Lục Tổ, Thần Tú,* hoặc các thi kệ của Thiền Sư dặn dò đệ tử trước giờ thị tịch. Vậy mà tổ tiên của ta vẫn dư sức mạnh để dựng nước và giữ nước, và chính cái tinh thần của Bắc Tông ấy đã tạo ra được hai triều Lý Trần, hai triều đại được các sử gia ở mọi phía đều phải công nhận là văn minh rực rỡ nhất trong lịch sử của dân tộc ta, và cho đến ngày hôm nay vẫn còn hãnh diện, và vẫn xem đó là hành trang tinh thần đưa dân tộc cùng với nhân loại tiến vào thế kỷ 21.

Việc Hà Nội đang ráo riết chuẩn bị chào đón một ngàn năm Thăng Long (trong đó có công trình xây dựng tượng đài Lý Công Uẩn, học trò của Thiền Sư Vạn Hạnh) chứng tỏ họ đã ý thức rất rõ tầm mức quan trọng của Phật giáo Lý Trần trong việc xây dựng và phát triển đất nước trong thế kỷ tới.

Đạo Phật có lẽ là Tôn giáo duy nhất chủ trương tự do tư tưởng. Bởi vậy Phật giáo cũng triệt để tôn trọng tự do tư tưởng của kẻ khác. Nhưng tự do ở đây có nghĩa là tự do lựa chọn bất cứ pháp môn nào, lý tưởng nào mà mình ưa thích, chứ không phải tự do xúc phạm đến lý tưởng mà người khác đang theo đuổi, nhất là lý tưởng đó đã tồn tại và nuôi dưỡng tâm thức dân tộc Việt từ gần hai ngàn năm nay.

Nhưng tôi nhận thấy rằng, những nhà Phật học nguyên thủy của Phật giáo Việt Nam hiện nay chỉ thích kinh tạng nguyên thủy trên lý thuyết thôi chứ họ không thực hành những gì mà Đức Phật đã thuyết giảng trong tạng nguyên thủy. Ví dụ đọc kinh *Phạm Võng* trong *Trường Bộ Kinh,* ta thấy Đức Phật đã khuyên dạy các đệ tử của Ngài: "không nên giao du và thân cận với giới quyền thế", vậy mà hiện thời chẳng những họ giao du và thân cận không thôi, mà còn chính thức đứng hẳn về một phía với giới quyền thế nữa. Thế nhưng mỗi khi bị chất vấn thì họ lại tự bào chữa rằng, Đạo Phật "tùy duyên" nhưng "bất biến".

Nhưng những thói hư tật xấu này dường như thời nào cũng có, chứ không phải chỉ có thời nay. Tô Đông Pha cũng đã từng lên tiếng chỉ trích phong trào học Thiền của Phật giáo Trung Quốc. Lời chỉ trích ấy được khắc và in trong trong *Kinh Lăng Già* (như là lời bạt), được Tuệ Sỹ dịch như sau: "*chỉ lấy theo chỗ giản tiện, được một câu kinh, một bài kệ, tự cho là liễu chứng. Cho nên cả bọn đàn bà, con nít, dang tay cười giỡn, đua nhau bàn bạc hương vị Thiền. Kẻ cao thì vì danh, kẻ thấp thì vì lợi. Cái dư ba mạt lưu đó không đâu không chảy tới. Mà cái vi diệu của Phật pháp đã mất rồi. Chẳng khác nào thầy Lang quê mùa. (may mà chữa lành bệnh nhẹ)*".

Là một nhà nghiên cứu Phật học nổi tiếng là uyên bác và nghiêm túc, tất nhiên Tuệ Sỹ cũng đã từng băn khoăn về vấn đề này, nghĩa là chúng ta phải học Phật như thế nào để đừng rơi vào hoặc là học để khoe khoang kiến thức của mình, hoặc là học để kiếm danh kiếm lợi. Trong lời giới thiệu cho bản dịch *Vô Môn Quan*, mặc dù bài viết chỉ giới hạn trong việc học Thiền, nhưng qua bài viết ta vẫn thấy được nỗi băn khoăn ấy của Tuệ Sỹ đối với việc học Thiền nói riêng và học Phật nói chung.

"*Một thời xa xưa tại pháp đường của các Thiền viện, người ta nghe sang sảng những tiếng cười và tiếng thét. Bao nhiêu lời lẽ luận bàn khúc chiết được gởi trả về cho dải sa mạc trên miền Cao Á, nơi đã từng ghi dấu cuộc hành trình khổ nhọc của những tâm hồn khát khao tuyệt đối. Nơi đây sa mạc vẫn cứ thiên thu cô tịch trong cơn gió bức bách của hư vô. Lẽ sống và lẽ chết vẫn mãi mãi bồng bềnh trên hư ảo. Tâm hồn miệt mài nóng cháy, nhưng không cháy tan nổi những giấc mộng hãi hùng của hư vô và hủy diệt. Rồi một mai kia, khi thời cơ đến, tiếng cười và thét trỗi lên làm đảo lộn cả nếp sống bình sinh".*

Những con người của thời xưa ấy, dám vứt bỏ tất cả để thực hiện cho kỳ được nỗi khát khao tuyệt đối cho đời mình. Nhưng ngày nay, nền văn minh hiện đại đã cung cấp cho chúng ta nhiều thú vui thấp hèn quá, nên dường như tâm hồn của chúng ta đã nguội lạnh, chẳng bao giờ, dù chỉ trong một khoảnh khắc, ta có thể nghe lại được tiếng réo gọi tuyệt đối ấy từ trong nội tâm sâu thẳm của mình:

"Cuộc sống bình thường của chúng ta chẳng mấy khi nghe được những tiếng ấy trong cơn sửng sốt bàng hoàng; để cho trong thiên tải nhất thì, một lần chết đi và một lần sống lại trước sự thực ngàn đời, những khát khao nồng nhiệt cứ vĩnh viễn mỏi mòn, tâm trí càng lúc càng bất động như sỏi đá. Biết bao thành kiến dần dần đọng lại thành lớp vỏ cứng của bản ngã, không cách gì phá nổi."

Và Tuệ Sỹ cho rằng những câu hỏi như thế này chẳng có nghĩa gì trong việc học Thiền cũng như học Phật. *"Phải đến với Thiền như thế nào? Chúng ta quen hỏi như vậy. Bởi vì đời sống đang chìm đắm trong bùn lầy hôi thối của những cảm thức phù phiếm; chúng ta như những con sâu, triền miên ngủ suốt một mùa đông băng giá. Ngôn ngữ Thiền, dù là sấm chớp hãi hùng trong tai ta, chẳng qua chỉ là "ve sầu kêu ve ve suốt mùa hè nóng bức."*

Vậy cho nên vấn đề không phải là cứ thắc mắc phải đến với Thiền như thế nào hoặc phải học Thiền theo phương pháp nào mà điều quan trọng là chúng ta có đến với Thiền, với giáo pháp của

Đức Phật bằng tất cả sự khát khao của một kẻ đang thèm khát tuyệt đối hay không? Những lời sau đây có thể được xem như là lời cầu mong của Tuệ Sỹ muốn gửi đến cho những người học Thiền và học Phật hôm nay: *"Làm sao chúng ta có thể góp tất cả gió bốn phương trời mà dộng vào đôi cánh cửa của quan ải Thiền? Có lẽ, cũng nên một lần, với đói khát với nóng lạnh, nghênh ngang bước vào giữa những tiếng cười rổn rảng, băng qua biên giới không ngăn của sa mạc. Rồi sẽ thấy như người xưa từng nói, Thiền là một quan ải hiểm nghèo, thách thức bước tiến của tâm linh. Vậy đã nhất quyết bước tới, thì phải tìm cho đến tận nguồn của đời sống."*

Và đây cũng là một đồng thanh tương ứng: *"Mình phải đọc tụng kinh Phật với tất cả tinh thần khẩn trương của một kẻ bị xử tử hình đang quỳ lạy trong xà lim tối đen, đang lắng nghe sự im lặng trườn mình qua sự chết sắp đến."*

Mình cũng có thể học Phật như người đã bị tước đoạt mất hết tất cả trong đời sống, và bỗng nhiên bất thần lại được tìm thấy một kho tàng trân bảo vô lượng trước mặt mình, niềm vui sướng vô tận, cơn khoái lạc tràn trề ngập cả thể xác lẫn tinh thần mà trọn đời người chưa bao giờ có được. Cảm thức phi thường như vậy." (Phạm Công Thiện)

Nếu chúng ta không chịu học Phật trong một tinh thần khẩn trương như vậy, mà cứ đem cái đầu óc nô lệ từ chương sách vở ra để tự khẳng định một cách võ đoán rằng, kinh này mới là "nguyên thủy" còn kinh kia là "không phải." thì không những ta đã đánh mất tinh thần sáng tạo của Đạo Phật, mà còn vô tình trở thành "đàn bà ngồi lê đôi mách" trong thế giới những người học Phật nữa.

Và phải chăng việc người Tây phương đang hướng về những giáo lý của Đức Phật đã được bảo trì từ rất lâu trên những đỉnh núi tuyết cô tịch của Tây Tạng, thì việc tranh luận về "nguyên thủy" hay "không nguyên thủy" đã thực sự không còn cần thiết nữa? Và đã đến lúc các nhà Phật học theo truyền thống nguyên thủy tại Việt Nam nên ý thức rằng, hai truyền thống Bắc Tông và Nam Tông đều cần thiết và phải được bổ túc lẫn nhau trong đời sống tu học của Phật tử Việt Nam vậy.

Nếu ai đã từng theo dõi tất cả những bài viết của Tuệ Sỹ về Phật học từ gần ba thập niên qua, thì phải công nhận rằng Tuệ Sỹ là một trong những nhà Phật Học đã thể hiện tinh thần ấy một cách nghiêm túc nhất.

Thiền Sư và Thi nhân
hay là sự giằng co giữa hai con đường

Phạm Thiên Thư có lẽ là nhà thơ có nhiều thơ nhất để cập đến các Thiền Sư. Những câu thơ trong sáng và giản dị như những câu ca dao mà ta vẫn thường ngâm nga trên những con đường quê từ thuở còn ấu thơ. Những câu thơ đẹp lạ lùng như:

Mùa xuân mặc lá trên ngàn
Mùa thu mặc chú bướm vàng tương tư
Động Nam Hoa có Thiền Sư
Đổi kinh lấy rượu tâm hư uống tràn.
(Động Hoa Vàng)

hay là:

Sư lên chót đỉnh rừng thiền
trong tim chợt thắp một rừng tà dương

(Động Hoa Vàng)

Sở dĩ được như vậy là vì Phạm Thiên Thư đã từng một thời khoác áo Thiền gia. Nhưng chính nhờ mang trong mình hai dòng máu cao quý này, nên Phạm Thiên Thư đã hiểu rất rõ sự mâu thuẫn hay nói đúng hơn là sự giằng co trong nội tâm giữa con đường đi lên và đi xuống của Thiền Sư và thi nhân. Hoặc là ở lại với cái đẹp phù du nơi cuộc đời hữu hạn hay là phải vứt bỏ tất cả để lên đường tìm kiếm cái đẹp vô hạn kia. Nhưng dường như cái đẹp nào cũng cần thiết cả, vì nếu chúng ta không thấy được cái đẹp trong cõi thế hữu hạn này, thì sẽ chẳng bao giờ ta thấy được giá trị của cái đẹp thiên thu vĩnh cửu.

Phạm Thiên Thư đã nói lên sự giằng co này trong bốn câu thơ:

Xuống non nhớ suối hoa rừng
Vào non nhớ kẻ lưng chừng phố mây
Về thành nhớ cánh chim bay
Xa thành thương vóc em gầy rạc hoa.
(Động Hoa Vàng)

Tuy vậy, tôi nghĩ rằng những câu thơ của Phạm Thiên Thư cũng chỉ mới cho ta thấy vẻ đẹp của một Thiền Sư đang hồn nhiên chơi đùa với đất trời mênh mông, chứ chưa dẫn ta vào được bên trong. Cái đẹp bên trong đó chỉ có Tuệ Sỹ mới dẫn ta vào được bằng những trang văn súc tích. Ví dụ đoạn sau đây anh viết về tình bạn thắm giữa Thiền Sư và thi hào Tô Đông Pha:

"Bế môn tọa huyệt nhất Thiền Sáp
đầu thương tuế nguyệt không tranh vanh"

(Khép cửa hang sâu một giường Thiền
trên đầu năm tháng trôi chênh vênh)

"Năm tháng là tuổi già, là mùa thu và tóc trắng, là những hoài vọng xa xôi của nhà thơ. Hoài vọng đó là hình ảnh hiu hắt khép kín cửa trong hang sâu giữa núi rừng xa vắng, và thầm lặng trôi qua trên đầu nhà thơ cô quạnh. Cho nên, tấm lòng của sư như mặt nước trong ngần, bao nhiêu chìm nổi thiên hình vạn trạng của cõi đời đều hiện rõ trong đó."

Tại sao trong truyền thống thi ca Viễn Đông, Trung Quốc, Việt Nam, Nhật Bản, v.v. Thiền Sư và thi nhân đi đôi với nhau như hình với bóng? Không thể biết được ta chỉ có thể cả hai đều như đứng đó để trông ngóng một mùa thu cô tịch đang đến chậm ở cuối chân trời xa kia chăng?

"Rồi khi Sư thả bộ rong chơi, màu áo còn pha màu sương khói của núi rừng. Sư mang cái tình đạo đó kết duyên cái tình thơ của khách thơ, như ngọn gió mùa thu thổi những phương trời viễn mộng đến làng thơ, thì tình thơ bỗng ngọt ngào như cam quít đang mùa chín đỏ; một thứ ngọt ngào trầm lặng:

Gió thu đưa mộng qua Hoài Thủy
Này cam nọ quít rũ sân buồn.

(Thu phong xuy mộng quá Hoài Thủy
Tưởng kiến quật sữu Thùy không đình)*"*

Khách làng thơ lại muốn bỏ qua những ngày bươn bả, để cùng Sư, trong những đêm dài xa xôi, đốt củi nấu trà, ngoài bóng trăng nghiêng xuống đáy cốc. Tình thơ sống động, nhưng xa xôi và đơn bạc:

Tấm lòng nhà đạo như nước phẳng
Rọi bóng chìm nổi của cõi đời
Chùa xưa lẻ bóng trồng thu cúc
Bạn với làng thơ thưởng chút tài
Cõi nhân gian có chia đường Nam nẻo Bắc
Mà cánh hồng cánh nhạn vẫn đơn độc lẻ loi.

(Đạo nhân hung tung thủy kính thanh
vạn tượng khởi diệt vô đào hình
độc y cổ tự chủng thu cúc
Yến bạn tao nhân xan lạc anh
Nhân gian để xứ hữu Nam Bắc
Phân phân hồng nhạn hà tằng minh)

Đó là chỗ giống nhau. Còn khác nhau? Chắc chắn phải có khác, nhưng chỗ khác nhau đó nó mỏng manh quá, mỏng manh hơn cả tơ trời nữa, người ngoài như chúng ta khó thấy được, chỉ có những người trong cuộc may ra có thể chỉ cho ta thấy được chăng? Tuệ Sỹ cũng đã dựa vào một bài thơ của Tô Đông Pha, bài thơ này ông làm để tặng cho Thiền sư Đào Tiềm, một người bạn chí thiết của ông, để giải thích chỗ giống và khác nhau giữa Thiền và thi ca:

"Thượng nhân học về cái lẽ khổ không; một trăm thứ niệm tưởng đã là tro lạnh hết. Cũng tự thể vung lưỡi kiếm một cái là y như gió thổi chẻ hạt thóc lép không còn chút bụi cám. Tại sao ngài lại phải chọn theo bọn tôi, tranh đua vẻ đẹp rực rỡ của văn tự? Bài thơ bọn tôi vừa làm, nó đẹp như tán vụn viên ngọc lấp lánh.

Tuy nhiên, suy nghĩ kỹ thì không phải thế, cái ảo diệu không phải là cái ảo ảnh. Muốn cho lời thơ tuyệt diệu, thì phải là đừng gò ép, vừa không vừa tĩnh. Tĩnh cho nên thâu tóm hết mọi vọng động, không cho nên bao hàm vạn cảnh. Ngắm nhìn sự đời, bôn ba giữa đời, mà như thấy mình nằm trên chóp đỉnh non cao. Đủ hết các thứ mặn nồng, chua chát; trong đó có cái hương vị tuyệt vời.

Thơ và pháp (Đạo) không chống trái nhau, không hại nhau. Cái đó nhờ Thượng nhân hạ quyết?

Nhờ hạ quyết? Không nhờ, cũng đã hạ quyết. Người học thiền, học từ cái khổ đau, hư ảo, học cho thâm tâm thành ra thứ tro tàn nguội lạnh. Học như thế là học để đọa đày. Đạt được sở học đó là buông thả, hóa thành cái không và trở thành cái tĩnh. Buông thả thì không câu chấp, không còn bị ràng buộc cũng tiêu dao như hồn thơ tiêu sái và lãng mạn. Tâm tĩnh, thì trầm lặng như mặt nước không gợn sóng, phản chiếu trọn vẹn ngoại cảnh. Tâm không, thì tâm rộng như mặt biển bao la, dung nạp hết tất cả ngân hà tinh đẩu. Người học Thiền chịu đọa đày cho thân mình gầy, cho tâm mình nguội, trong đó có cái diệu dụng phi thường của nó. Người làm thơ cuộc đời bị đày ải truân chuyên, trong đó cũng có cái ảo diệu của vị chua, vị mặn, suốt đời học Thiền, suốt đời vẫn đày đọa thâm tâm; đày đọa trong cái không và cái tĩnh. Đày đọa đó mà kỳ thực không là đày đọa. Cũng vậy, suốt đời làm thơ, thì suốt đời khổ lụy lao đao. Chỗ ảo diệu đó, chưa đạt đến cõi thượng thừa của thi ca, làm sao hiểu nổi?

Đạt tới cõi thượng thừa của thơ, như người học Thiền chứng chỗ không tịch của Đạo; cái đó vừa khó vừa dễ. Học Thiền ba mươi năm, ba mươi năm đày đọa thâm tâm, mà không thành. Phẫn chí, bỏ đi, bất chợt thấy một cánh hoa rơi, cõi không tịch cũng hốt nhiên, đột ngột mở ra chỗ ảo diệu đó, không giảng cho thông cho nên không thể nào lấy tay chỉ thẳng vào cõi thơ, rồi bảo đấy là chân diện mục của nó.

Đại khái nơi cõi Thiền cũng có cái phân biệt chân và ngụy. Cõi thơ há lại không? Nhưng chỉ thẳng vào đó, không thể được. Nó không phải là chỗ dị đồng giữa con chó và con cọp, hay giữa cọp thực và cọp giấy.

Quả nhiên, điều thấy rõ là ông (chỉ Tô Đông Pha) đã giảng giải thế nào là thơ và thế nào là Thiền. Và cũng thấy rõ là trong đó có chỗ giống và chỗ dị. Nhưng chỉ thẳng vào chỗ đó, thiên nan vạn nan".

Nếu chưa từng lăn lóc với cát bụi của trần gian, chưa từng trải qua những giờ phút lê thê heo hút của chính mình, chưa từng bị đày đọa bởi tình yêu con người, thì làm sao (tác giả bài thơ và người bình thơ) có thể thốt ra những lời nóng bỏng như vậy?

Kẻ sĩ trong truyền thống Đông Phương

Rồi trước mắt ngục tù thân bé bỏng
Ngón tay nào gõ nhịp xuống tường rêu.

Tuệ Sỹ làm hai câu thơ trên khi đang làm rẫy tại núi rừng Vạn Giã, nghĩa là vào khoảng cuối năm 1977, những năm tháng mà cả đất nước đang chịu đựng nhiều đau khổ nhất. Là một người trí thức (tất nhiên phải là trí thức có liêm sỉ) Tuệ Sỹ đã ý thức được rằng, mình không thể nào đứng ngoài để nhìn sự đau khổ chung này được. Hai câu thơ trên chứng tỏ anh đã đoán được những gì sẽ xảy ra cho bản thân mình, và điều tiên đoán đó đã đúng.

Có một số người (không nhiều lắm) cho rằng, đáng lý ra Tuệ Sỹ nên để thời gian mà làm chuyện chuyên môn của anh, như sáng tác văn học, thi ca hay dịch thuật thay vì bỏ phí hơn 20 năm để làm những chuyện không có lợi gì cho bản thân. Tôi cho rằng, lập luận trên hoàn toàn không đúng, mà thực ra những kẻ lập luận như vậy chỉ để bảo vệ cái hèn yếu của chính họ mà thôi. Ta nên xếp Tuệ Sỹ đứng ở nơi nào trong những năm đất nước có nhiều biến động ở cuối thế kỷ 20 này?

Không hiểu sao, cứ mỗi lần đọc lời kết luận sau đây của Nguyễn Hiến Lê cho tác phẩm *Sử Trung Quốc*, tác phẩm cuối cùng của ông, tôi lại thấy có hình bóng của Tuệ Sỹ trong đó.

"Đọc sử thời quân chủ của Trung Hoa, tôi buồn cho dân tộc đó thông minh, giỏi tổ chức mà không diệt được cái họa ngoại thích và hoạn quan gây biết bao thống khổ cho dân chúng đời này qua đời khác. Nhưng tôi cũng trọng họ, mến họ vì triều đại nào cũng có hàng ngàn hàng vạn người coi cái chết nhẹ như lông hồng, tuẫn tiết vì nước chứ không chịu nhục, vì những triều đại "vô đạo" thì vô số kẻ sĩ coi công danh phú quý như dép cỏ, kiếm nơi non xanh nước biếc dắt vợ con theo, cày lấy ruộng mà ăn, đào lấy giếng mà uống, sống một đời thanh khiết, làm thơ, vẽ, hoặc trước tác về triết, sử, tuồng, tiểu thuyết để lưu lại hậu thế. Đọc đời các vị đó tôi luôn luôn thấy tâm hồn nhẹ nhàng. Chưa có bộ sử nào của Tây phương cho tôi được cảm tưởng đó."

Tuệ Sỹ chính là kẻ sĩ trong truyền thống của Đông phương, hơn hai mươi năm qua, Tuệ Sỹ đã thể hiện tinh thần "uy vũ bất năng khuất" của kẻ sĩ không phải bằng những tác phẩm qua văn tự, mà anh đã viết tác phẩm đó bằng sự hy sinh quên mình, để chia sẻ sự đau khổ với quê hương đất nước.

HOÀI KHANH,
NGƯỜI THI SĨ ĐI TÌM CỘI NGUỒN
CỦA MỘT DÒNG SÔNG

Hoài Khanh là ai? Trước năm 1975, ông viết thơ, làm báo, dịch thuật. Ông từng phụ trách tòa soạn tạp chí Giữ Thơm Quê Mẹ và là người chủ trương và điều hành nhà xuất bản Ca Dao. Vào chốn văn chương, mới "chào sân" mà thi sĩ Bùi Giáng đã kinh ngạc thốt lên: "Anh chưa quá 20 tuổi, anh làm những vần thơ mà Nguyễn Du, Nguyễn Khắc Hiếu tái sinh nghe được phải lạnh mình trước cái vĩ đại hồn nhiên lẫm liệt của tài hoa chưa ráo máu đầu". Thích Phước An nhận định về thơ Hoài Khanh: "Gần như trong toàn thể thi phẩm của ông đều tràn ngập sự đau khổ, nhưng không phải đau khổ vì hận thù mà đau khổ vì tình thương đối với con người, như trong một câu thơ ông đã tự khẳng định: Vai mang xiềng xích vẫn thương bạo tàn".

*Sau 1975, vừa bước sang tuổi "tứ thập", ông âm thầm "mất hút" trên văn đàn... (**Trang Web Nguyễn Hoa Lư**)*

Cách đây hơn một năm, nhân dịp vào Sài gòn, tôi nhờ một người thân, dù sanh ra và lớn lên sau 1975 nhưng lại rất say mê thơ Hoài Khanh (thầy NM) chở tôi đi Biên Hòa để thăm Hoài Khanh.

Mặc dù đã đọc thơ và quen biết từ những năm đầu thập niên 70 của thế kỷ trước, nhưng tôi chưa có dịp nào đến Biên Hòa để thăm ông, dù những câu thơ của ông nói đến đất Biên Hòa thì tôi đã đọc từ lâu lắm rồi:

Tôi về vun xới vườn hoa
Cho em là gái Biên Hòa, Hàm Tân
Cho tôi là kẻ cô thần
Nằm đây gởi mộng dậy ngàn sương xanh.
(Lục Bát)

Khi xe chở tôi đi qua cầu sông Đồng Nai trước khi rẽ vào nhà Hoài Khanh, tôi cứ thắc mắc không biết có phải cây cầu này, dòng sông này, mà Hoài Khanh thuở rất còn trẻ đã viết trong tập thơ *Dâng Rừng* (1957), có hai câu:

Qua sông là một nhịp cầu
Qua tôi là một kiếp sầu vô chung.

Hay không?

Hai câu đã khiến cho Bùi Giáng phải kinh ngạc mà thốt lên rằng: *"Anh chưa quá 20 tuổi, anh làm những vần thơ mà Nguyễn Du, Nguyễn Khắc Hiếu tái sinh nghe được phải lạnh mình trước cái vĩ đại hồn nhiên lẫm liệt của tài hoa chưa ráo máu đầu.* Theo tôi đó chỉ là một cách nói tuyệt đối của Bùi Giáng đối với cõi thơ của Hoài Khanh chứ không phải Bùi Giáng có ý đặt sự nghiệp thi ca của Hoài Khanh đứng ngang hàng cùng với các bậc tiền bối trên.

Nhưng tôi cho rằng, có một sự đồng cảm lạ lùng giữ cõi thơ của Nguyễn Du, người của hậu bán thế kỷ XVIII và Hoài Khanh, người của hậu bán thế kỷ 20, nghĩa là cách nhau đúng hai thế kỷ.

Sự đồng cảm này được thể hiện qua bài thơ *Nhớ Nguyễn Du*, được Hoài Khanh làm để đăng trong tạp chí *Tư Tưởng*, cơ quan luận thuyết của Viện Đại học Vạn Hạnh, số đặc biệt có chủ đề là Nguyễn Du với Phật giáo. Cùng cần nhắc lại là tạp chí này quy tụ hầu hết những nhà văn nhà thơ cùng những nhà biên khảo danh tiếng nhất của miền Nam trước 1975 được Phạm Công Thiện và sau đó là Tuệ Sỹ đứng ra điều hành.

Trong số ấy. tôi còn nhớ có hai bài thơ viết để tưởng niệm Nguyễn Du được truyền tụng nhiều nhất là bài của Bùi Giáng và của Hoài Khanh. Nếu bài của Bùi Giáng với hai câu kết:

Gửi trời một giọt mù sương
Trao về cho đất vô thường cảo thơm.

Đã nói lên hết tất cả sự hoằng đại của thông điệp mà Nguyễn Du đã muốn gửi đến cho "mặt đất trầm trọng và đau thương" này, thì bài của Hoài Khanh mới là bài nói lên hết tất cả nội dung của thông điệp ấy của Nguyễn Du.

Bài ấy sau được Hoài Khanh cho in lại trong tập *Lục Bát* (1968), thi phẩm thứ ba của ông như thế này:

Cõi nào giọng khởi nguyên vang?
Nhánh khô trời muộn trôi tan mộng thầm
Súng còn vọng mãi trời căm
Rưng rưng mắt lệ nghìn tâm sự nào?
Mộng đời nát ngọc chìm châu
Bến mê vẫn rợn mấy màu trầm luân

Mười lăm năm bấy nhiêu lần
Bấy nhiêu rồi nhỉ hỡi trần gian kia?
Ngược xuôi bao kẻ đi về
Tấm thân bé mọn bên lề tồn vong
Chuyện đời có có không không
Phù vân một áng bùi hồng xa xa
Cớ sao thiên hạ người ta
Vẫn chưa chưa tròn một Quê-Nhà-Bao-Dung?
Vẫn chưa tỉnh giấc hãi hùng
Trong cơn trường-mộng-vô-cùng-thờ -gian.

Như vậy là, kể từ Nguyễn Du kêu lên một cách thống thiết ở cuối thế kỷ XVIII:

Trải qua một cuộc bể dâu
Những điều trông thấy mà đau đớn lòng

Thì với Hoài Khanh tiếng kêu la thống thiết và hãi hùng đó của Nguyễn Du cho đến hậu bán thế kỷ 20 vẫn còn tiếp tục:

Súng còn vọng mãi trời căm
Rưng rưng mắt lệ nghìn tâm sự nào

Và cũng chính trong bài thơ này thi nhân đã phải nhắc nhở lại rằng, rốt cuộc thì chúng ta, những con người đang sống trên mặt đất này chẳng là gì cả mà chỉ là 1 sinh vật bé nhỏ tội nghiệp đã đến và dừng lại chỉ trong một khoảnh khắc rồi lại tiếp tục cuộc hành trình mịt mù trong không gian vô cùng và thời gian vô tận của vũ trụ mênh mông này:

Ngược xuôi bao kẻ đi về
Tấm thân bé mọn bên lề tồn vong
Chuyện đời có có không không

Phù vân một áng bụi hồng xa xa

Thế nhưng, trong khoảnh khắc dừng lại ấy, còn người không lúc nào được yên thân, vẫn luôn luôn là nạn nhân cho những Sở Khanh, những Mã Giám Sinh, những Khuyển, Ưng, Tú Bà... v.v, tức là những cái tên tượng trưng cho biết bao điều xấu ác đã đang và sẽ tiếp tục hiện diện khắp nơi, chúng đeo nhiều mặt nạ, kể cả mặt nạ "thần thánh" để tiếp tục xô đẩy con người vào chỗ tối tăm hãi hùng.

Bởi thế cho nên, thi nhân cho rằng mười lăm năm đọa đày tủi nhục của Thúy Kiều chưa chấm dứt và 15 năm ấy vẫn cứ tiếp tục lập lại mãi đối với thân phận của mỗi người trên mặt đất này:

Mười lăm năm bấy nhiêu lần
Bấy nhiêu rồi nhỉ hỡi trần gian kia?

Và nhiều lần thi nhân cũng đã thốt lên trong nỗi tuyệt vọng:

Cớ sao thiên hạ người ta
Vẫn chưa tròn một quê nhà bao dung
Vẫn chưa tỉnh giấc hãi hung
Trong cơ trường mộng vô cùng thời gian.

Dù lúc ấy (hậu bán thế kỷ XVIII) Nguyễn Du chỉ chứng kiến nỗi điêu linh thống khổ của đất nước mình thôi và chắc chắn vẫn chưa biết gì đến thảm trạng của thế giới như chúng ta đang biết ngày nay nhờ sự tiến bộ vượt bực của công nghệ thông tin. Thế nhưng với "tấm lòng nghĩ suốt nghìn đời" thi hào của chúng ta đã nhận ra rằng không có nơi nào trên mặt đất này là không có điêu linh thống khổ cả:

Đại địa xứ xứ giai Mịch La

Trên mặt đất này đâu đâu cũng là dòng sông Mịch La

Và nếu như lúc sinh tiền Nguyễn Du cứ bâng khuâng tự hỏi trong cô độc:

Bất tri tam bách dư niên hậu
Thiên hạ hà nhân khấp Tố Như?

Thì thi hào của chúng ta không cần phải đợi đến 300 năm mà chỉ 200 thôi cũng đã có nhiều người nhỏ lệ khi đọc ông, và không chỉ nhỏ lệ thôi mà còn tiếp tục con đường mà ông đã để lại bằng cách nói lên hết tất cả nỗi điêu linh thống khổ mà con người phải gánh chịu trên mặt đất đau thương này.

Hoài Khanh tất nhiên là một trong số những người đó.

Gần như trong toàn thể thi phẩm của ông đều tràn ngập sự đau khổ, nhưng không phải đau khổ vì hận thù mà đau khổ vì tình thương đối với con người, như trong một câu thơ ông đã tự khẳng định:

Vai mang xiềng xích vẫn thương bạo tàn

Trước tiên, ông nói đến quê hương mà quê hương thì gần như lúc nào cũng chìm ngập trong khói lửa chiến tranh:

Quê hương tôi ở chốn nào
Phải chăng Châu Á buồn đau ngút ngàn
Mẹ hiền sớm chít khăn tang
Màu hương khói lạnh đồng hoang, chiến trường

Thế hệ của Hoài Khanh không phải chỉ chứng kiến có một cuộc chiến tranh mà cả hai cuộc chiến tranh. Hết chiến tranh chống Pháp xâm lược thì tiếp đến phải chứng kiến cuộc chiến tranh ý thức hệ giữa hai miền Nam Bắc:

Chiến tranh rồi chiến tranh
Giãi đất nghèo nàn này quê hương tôi
Mỏi mòn tháng ngày qua
Những buổi chiều xám
Những đêm tóc tang
Tiếng súng vọng từng hồi uất nghẹn

Bởi vậy, trong một lúc đau khổ và quá tuyệt vọng, Hoài Khanh gần như Hoài nghi luôn cả cái mà xưa nay vẫn thường được ca tụng là "giá trị của con người".

Con ơi!
Làm sao mày lại phải sinh ra
Có phải để lớn lên vục đầu
Trong niềm kiêu hãnh là người?

Có lẽ với hầu hết chúng ta, dường như lúc nào chúng ta cũng muốn lẩn tránh sự đau khổ, để an tâm mà tiếp tục hưởng một chút hạnh phúc mà ta đang có được trong tay dù chúng ta vẫn thừa biết rằng những thứ hạnh phúc ấy vốn rất mong manh.

Nhưng những nghệ sĩ chân chính thì ngược lại, dù họ có là tín đồ của đạo Phật hay không thì theo tôi, họ vẫn là những kẻ thể hiện đúng nhất tinh thần mà Đức Phật đã cảnh giác chúng ta trong kinh Pháp Hoa:

Tam giới bất an do như hỏa trạch

Ba cõi không yên, in như nhà lửa

Hoài Khanh trong bài thơ có tên là *Về Nguồn* theo tôi, đã thể hiện trọn vẹn tinh thần ấy của *Pháp Hoa* kinh.

Bài thơ ấy bắt đầu bằng một cuộc hành trình được tác giả tưởng tượng như thế này:

> *Nếu em đã cùng tôi trưa hôm đó*
> *Chuyến xe Sài gòn - Phú Nhuận ra đi*
> *Tôi sẽ đưa em về miền cát bỏng*
> *Cởi lạc đà đi suốt cõi Châu Phi*

Nơi ấy, dù mỗi ngày mặt trời vẫn mọc nhưng vẫn không xóa tan nổi màu đen giá buốt mà con người ở đó phải gánh chịu:

> *Ôi Phi Châu! Kiếp người đầy tủi nhục*
> *Tự bao đời ai dựng cõi điêu linh*
> *Sương không trắng giữa màu đen giá buốt*
> *Mặt trời bừng chưa sáng nẻo quang linh*

Muốn đi, nhưng biết đi về đâu? Vì nơi nào trên mặt đất này mà chẳng phải là sông Mịch La? Là Châu Phi?

> *Trưa hôm đó em đã cùng tôi chuyên buýt*
> *Mang niềm đau tôi tới tận phương nào*
> *Em có nhớ mỗi lần xe tách bến*
> *Bóng một người ngơ ngác đó về đâu?*

Nhưng rồi cũng giống như một kẻ tử tội cuối cùng hắn cũng bị lôi trở về lại cái nơi chốn mà hắn đã chạy trốn ấy:

> *Hắn đã về giữa dòng sông nước chảy*
> *Của Á Châu nhược tiểu khổ đau này*
> *Hắn đã về giữa cát bừng sa mạc*
> *Của Phi Châu quần quại suốt trời mây.*

Nhưng nếu chúng ta cứ lăn vào những nơi đau khổ, đối mặt với đau khổ, thì nỗi đau khổ mênh mông của kiếp người liệu có chấm dứt được không? Nếu không thì chúng ta lăn vào để làm gì?

Để em biết nỗi buồn xa đất tổ
Thương linh hồn bộ lạc thuở lang thang
Và thương mình một tình yêu bé nhỏ
Có nghĩa gì giữa đau khổ mê hoang?

Đó phải chăng là lời giải đáp gián tiếp của tác giả bài thơ *Về Nguồn?*

Trong kinh *Pháp Cú*, Đức Phật cũng đã từng nhắc nhở chúng ta:

Làm sao mà ta có thể vui được
Có thể đắm chìm trong lạc thú được?
Những ngọn lửa đốt cháy thiên thu
Bóng tối đang vây phủ
Ta không muốn tìm ánh sáng sao?

Và chúng ta cũng đừng quên rằng, tất cả những con người được ca tụng là xuất chúng, là vĩ nhân đều là những con người đã đứng lên từ trong đau khổ, nghĩa là họ dám từ bỏ những lạc thú tầm thường, những niềm vui nhỏ nhen ích kỷ, để rồi cuối cùng họ mới vượt lên chính họ được.

Trong thi ca của Hoài Khanh ta thấy ông còn phải mang nỗi thống khổ mà tác giả *Đoạn Trường Tân Thanh* ở hậu bán thế kỷ 18 chưa phải gánh chịu.

Trong bài *Sầu Thế Kỷ* Hoài Khanh viết lên nỗi đau khổ đó:

Vào đời một trái tim côi
Bao phen rách nát giọng cười hỗn mang
Ai đâu một tấm lòng vàng
Hai mươi thế kỷ điêu tàn rồi chăng?
Người ta đang thoát căn phần

Văn minh cơ khí giết dần yêu thương.

Nhưng khi đối mặt với thế giới lạnh lùng và vô cảm ấy, Hoài Khanh không như Bùi Giáng đã bị bắt buộc phải nói lên lời phản kháng mạnh mẽ:

Ấm cơ giới hận
Thân tù chung thân.

Mà ông chỉ nói lên nỗi bàng hoàng sững sốt của mình:

Ôi! Con người của thế kỷ 20
Chiếc hộp, cây đinh, con ốc, ngọn đèn
Rồi sẽ bị bóp-đóng-vặn-bật-lên.

Nhưng đứng trước những nỗi khổ lớn lao do con người gây ra đó, thái độ của thi nhân như thế nào?

Ông có bất mãn quay lưng lại với sự tàn nhẫn của con người như thế này không?

Nhân loại! Tôi không chơi với các anh nữa
Ván bài nào anh cũng ăn gian.
(Trần Dần)

Chắc chắn là không, vì ta biết được rằng Hoài Khanh vốn rất say mê tác phẩm *Âm Thanh Và Cuồng Nộ* (The Sound and The Furry) của William Faulkner, đặc biệt là nhân vật Caddy mà Hoài Khanh cứ nhắc đi nhắc lai Hoài trong bài thơ có tên là *Bài Tụng Từ*:

Vườn xưa chừ cũng hoang tàn
Người xưa chừ cùng phụ phàng với xưa
Caddy em hiểu gì chưa?
Thiên tài khổ lụy, hoa thừa rụng rơi
Ôi nhan sắc ấy rợn người

Dẫu lầm cát bụi muôn đời vẫn ngân
Caddy sao em trắng ngần?
Sao em thổn thức như vầng trăng phai
Sao em có mùi lá cây
Sao ta sống trải những ngày điêu linh.
(Hương Sắc Mong Manh)

Nếu Caddy, một nhân vật trong tác phẩm của Faulkner dù sống trong đọa đày tủi nhục nhưng lúc nào cũng thoang thỏang thơm mùi lá cây, hay bà vú nuôi Dilsey dù làm việc quần quật suốt ngày nhưng lúc nào cũng nghe bên tai lời cầu kinh từ những ngôi giáo đường vọng về. Thì Hoài Khanh cũng thế, dù "vai mang thế kỷ buồn đau" nhưng lúc nào cũng nghe tiếng vọng bên tai:

Một phương đã hiện Từ Bi
Lửa bình tịnh đốt sân si hận cuồng.
(Lục Bát)

Trong tập thơ mới nhất được in ở Hoa Kỳ, *Hương Sắc Mong Manh* (2006), thì ta thấy niềm hy vọng đó lại càng mãnh liệt hơn nữa:

Hiểu ngầm sen nở đầm xa
Là nhân gian hỡi Thích Ca đã về
Người về đánh thức cơn mê
Ác gian, thù hận tràn trề khổ đau
Người về với ánh nhiệm mầu
Mấy ngàn năm đã qua cầu tử sinh
Đạo vàng ôi sắc hiển linh
Muôn đời vẫn vọng câu kinh độ trì
Muôn đời ánh đạo từ bi

Sẽ xua quỷ dữ, sân si, bạo tàn
Sẽ đem trả lại nhân gian
Cuộc sinh tồn ngát hoa vàng từ tâm.
(Điềm Triệu Của Sắc Vàng)

Thì ra, sự đau khổ của thi nhân không phải vì từ chối hay ghét bỏ cuộc đời mà vì quá yêu thương cuộc đời nhưng đã bị cuộc đời từ chối tấm lòng ấy một cách phũ phàng. Bởi vậy, nhà thơ của chúng ta không còn cách nào hơn là:

Van người xin hãy thương nhau
Mai kia đất vẫn dâng màu lưu ly.

Và vẫn kiên trì hy vọng một ngày nào đó con người sẽ không còn hận thù và tình thương sẽ đơm bông kết trái:

Rằng thiên niên kỷ mai sau
Máu người ắt sẽ là màu từ tâm.
(Bản Tự Khúc LEONORA)

Nhưng tất cả những nỗi đau khổ trên đều là nỗi khổ đến từ bên ngoài.

Có một nỗi khổ mà đã trở thành nỗi ám ảnh kinh hoàng không chỉ được Hoài Khanh thể hiện trong một, hai hay ba bài thơ mà gần như trong toàn thể sự nghiệp thi ca của ông. Đó chính là nỗi khổ về thời gian:

Nước xuôi lạnh một giòng sầu
Biết về đâu hỡi mấy mầu thời gian?

Biết bao lần rồi thi nhân đã:

Lang thang trong vạn hồn chiều
Nghe mùa gãy đổ dưới nhiều bến song.

Bởi thế cho nên, ta chẳng lấy gì làm lạ khi thi nhân gần như mang một niềm "thù hận" đối với những buổi chiều:

Tay tôi bóp những chiều tà
Với cồn phố cũ với ga ven rừng.

Nhưng tại sao ông lại "thù hận" những buổi chiều đến như vậy?

Hỡi em người của ta yêu
Phấn son đâu khỏi bóng chiều vây quanh.

Không "thù hận" sao được trong khi cứ:

Một lần quay mặt về chiều
Thì tìm sao nổi mỹ miều dấu xưa
Làm sao đợi làm sao chờ
Làm sao còn mãi những giờ yêu em?

Nỗi đau về thời gian đó ta thường thấy Hoài Khanh lấy dòng sông ra để gửi gấm tâm sự. Thực ra, không phải đợi đến Hoài Khanh mà cách đây hơn 10 thế kỷ Lý Bạch khi đứng nhìn sông Hoàng Hà cũng đã thở than:

Quân bất kiến Hoàng Hà chi thủy
Thiên thượng lai
Bôn lưu đáo hải bất phục hồi
Quân bất kiến cao đường minh kính
Bi bạch phát
Triêu như thanh ty mộ tuyết

Dịch nghĩa:

(Người thấy chăng! Nước sông Hoàng Hà
từ trên trời xuống, một đi ra biển thì không bao giờ trở lại.
Người thấy chăng! Nhà cao gương sáng

nhưng quá buồn vì mái tóc đã bạc trắng cả rồi)

Hay như Appollinaire nhà thơ của nước Pháp đứng trên cầu Mirabeau nhìn sông Sein mà xót xa cho những mối tình trôi qua cầu đi theo dòng nước mà không bao giờ trở lại.

Nhưng Lý Bạch cũng như Appolinaire chỉ có một bài nhắc đến dòng sông thôi. Với Hoài Khanh thì gần như từ *Dâng Rừng* đến *Lục Bát* hay *Gió Bắc, Trẻ Nhỏ, Đóa Hồng và Dế* đến *Thân Phận* đều có những con sông buồn thảm chảy qua.

Chính vì thế, khi muốn chọn một bài tiêu biểu nhất về những dòng sông trong thơ ông, thì thật là khó vì gần như bài nào đọc vào ta cũng đều thấy không phải chỉ là nỗi buồn của riêng ông mà có lẽ còn là nỗi buồn "chết người" của mỗi người trong chúng ta nữa.

Tuy vậy, có lẽ ngòai bài *Ngồi Lại Bên Cầu* trong *Thân Phận*, mà cách đây gần bốn thập niên những người yêu thơ không ai là không biết đến nhất là bốn câu cuối:

Rồi em lại ra đi như đã đến
Dòng sông kia cứ vẫn chảy xa mù
Ta ngồi lại bên cầu thương dĩ vãng
Nghe giữa hồn cây cỏ mọc hoang vu.

Thì bài *Trông Theo* cũng trong *Thân Phận* cũng làm xúc động không biết bao nhiêu người:

Bến sông này, bến sông này
Trăng xưa lạnh xuống hàng cây gục đầu
Người xưa chừ biết là đâu
Này trăng gió cũ này câu giã từ
Lối đi vàng nhạt mùa thu

Nghe lau lách động niềm u uất buồn
Mắt người mang cả quê hương
Lòng ta mang cả đoạn trường tháng năm.

Nhưng cũng chính trong *Thân Phận*, tập thơ có nhiều con sông buồn bã nhất chảy qua thì Hoài Khanh lại viết:

Con sông nào đã xa nguồn
Thì con sông ấy sẽ buồn với tôi.

Như vậy, nếu như thi nhân lên đường tìm lại được nguồn cội của những dòng sông ấy thì thi nhân có còn mang nỗi sầu vạn cổ ấy không?

Trong *Hương Sắc Mong Manh*, thi phẩm mới nhất Hoài Khanh có bài nhan đề là *Sám Hối Tâm Kinh* như sau:

Nhớ câu **"vô sở tùng lai**
Diệc vô sở khứ" *trần ai nhãn tiền*
Con từ sa cõi Phan Duyên
Nếm mùi nghiệp chướng lụy phiền não nhân
Tham sân như cát sông Hằng
Đắm mê bóng sắc quên thân phận mình
Một hôm sực nhớ câu kinh
"không phải chỗ trụ mà sinh tâm mình"
Nhân ngày Phật tổ đản sinh
Con xin dâng tấm lòng thành ăn năn

Nếu Hoài Khanh đã nhận ra **"không phải chỗ trụ mà sanh tâm mình"** trong kinh *Kim Cang* thì tất nhiên ông cũng phải nhận ra một điều tối quan trọng nữa mà Đức Phật đã thuyết giảng trong kinh *Kinh Cang*:

Quá khứ tâm bất khả đắc, hiện tại tâm bất khả đắc, vị lai tâm bất khả đắc

Quá khứ không thể nắm bắt được thì hiện tại và vị lai cũng đều như vậy.

Nếu đã biết thời gian là cái không thể nắm bắt được, thì tại sao ta phải đau khổ nhỉ?

Kinh *Kim Cang* (*Vajracchedika Sutra*) phát xuất từ Ấn Độ, Ấn Độ có con sông Hằng (*Gange*) mà sử gia Will Durant nói là "cứ rộng dần đến thánh địa Bénares (Ba La Nai) mỗi ngày tẩy uế cho mười triệu tín đồ, những chi nhánh của nó làm cho xứ Bengale và miền chung quanh CalCutta hóa phì nhiêu. Tiến về phía Đông thì xứ Miến Điện với những chùa giát vàng ở Rangoon và con đường Mandalay chói chang ánh nắng".

Trong một bài thơ Hoài Khanh đã nhắc đến dòng sông này:
Từ nơi ẩn dụ sông Hằng
Có trong tinh thể bội phần chiêm bao
Có trong tinh thể gầy hao
Là cơn trùng phục mai sau vĩnh tồn
Niềm vô hữu của linh hồn
Là niềm thao thức chấp chờn lắt lay
Chính từ cõi thế gian này
Con người bỗng chốc đặt bày hư không

Bài thơ có tên là *Cõi Tuần Dưỡng*, mà Hoài Khanh đã làm để tưởng nhớ ngày Bùi Giáng qua đời. Ta cũng cần nhắc lại ở đây là Bùi Giáng là một trong hai ba người đã dịch và chú giải Heidegger nhiều nhất tại Việt Nam hơn nửa thế kỷ qua.

Tại sao một thi sĩ lang thang suốt đời như Bùi Giáng lại bận tâm nhiều đến Heidegger như vậy?

Trong bản dịch tác phẩm *Buông Xả Thanh Thản (Gelassenheit)* của Heidegger trong phần phụ lục Hoài Khanh cho người đọc biết lý do tại sao?

"Cũng nên lặp lại ở đây là tất cả tư tưởng của Heidegger chính yếu đều năm trong cuốn *Tính Thể và Thời Tính* (Sein und Zeit), xuất bản lần đầu vào năm 1927, mà có người cho rằng tác phẩm triết học ấy đã trở thành "một loại thánh kinh có hệ thống". Tác phẩm này nhằm đặt lại vần đề *Tính Thể* hay *Hữu Thể* đã từng thống ngự tư tưởng triết lý Tây phương suốt hai nghìn năm qua trong một trận đại chiêm bao là *Quên Lãng Tính Thể.* Do đó, ma Heidegger đã "kiệt tận miên bạc bình sinh" (chữ của Bùi Giáng) để trả lại cho Tính Thể (Sein) vai trò xứng đáng của nó hầu cứu vãn những gì đã mất mát. Sứ mạng của ông là "lập lại" vấn đề Tính Thể:

Một sự hồi phục trong ý nghĩa làm lại triệt để, lần dò qua bao nhiêu ngõ ngách khác nhau để tìm lại cái quá khứ bị quên lãng ấy từng đối đầu với các tứ tưởng gia Hy Lạp đầu tiên thuở bình mình của Triết học Tây phương"

Đó là lý do vì sao Hoài Khanh viết tưởng niệm Bùi Giáng lại có hai câu:

Chính từ cõi thế gian này
Con người bỗng chốc đặt bày hư không.

Chính vì đặt bày hư không mà Tây phương thường gọi là chủ nghĩa hư vô (**Nihilism**), nên con người đã tự lưu đày chính mình ra khỏi mái nhà xưa chăng?

Người ta nói rằng vào những năm cuối đời Heidegger đã lui trở về rặng núi Đen (Forêt noire) sống trong một túp lều tranh trên chiếc bàn ọp ẹp chỉ có vỏn vẹn toàn thể tác phẩm Holderlin.

Heidegger làm gì trong túp lều tranh ở rặng núi Đen đó?

Hoài Khanh cho ta biết trong một bài thơ có tên là *Forêt noire*:

Về đây người lặng lẽ ngồi
Để nghe tính thể lên lời nguyên ngôn
Để nghe cay đắng linh hồn
Lời xưa trót lạc bên cồn trăng phai
Người xưa chừng luống u Hoài
Cội nguồn tư tưởng lạc loại về đâu?

Và tất nhiên còn gánh lên đôi vai gầy yếu của mình nỗi khổ xa quê của con người hôm nay nữa:

Từ khi tư tưởng lộn đường
Con người chừng cũng ngỡ ngàng... Quê Xưa?

Nhưng ta có quyền tin rằng, ông chỉ thất vọng chứ chưa tuyệt vọng vẫn hy vọng một cách mãnh liệt rằng, từ trong mê lộ con người sẽ phải tự tìm lại được con đường trở về của mình:

Rồi con người cũng mở lòng
Đón sơ nguyên lại trong vòng tay ôm
Phương Nam lại trỗi ngọn nồm
Cõi tuần dưỡng lại mở vòm vô biên.

Dường như càng về già thì Hoài Khanh càng sống trọn vẹn hơn với cái *"Vòm vô biên"* ấy, cái *"trong tinh thể bội phần chiêm bao"* ấy. Đặc biệt là *"từ nơi ẩn dụ sông Hằng"*, dòng sông mà khi còn tại thế ít nhất một lần Đức Phật đã dừng chân lại: "Rồi đức Thế Tôn đi đến con sông Hằng. Lúc bấy giờ, sông Hằng tràn ngập nước đến bờ đến nỗi con quạ cũng có thể uống được. Có người đang đi tìm thuyền, có người đang đi tìm phao, có người cột bè để qua bờ bên kia. Đức Thế Tôn mau lẹ như người lực sĩ duỗi cánh tay được co lại hay co cánh tay được duỗi ra, biến mất từ bờ bên này và hiện ra trên bờ bên kia với chúng Tỳ Kheo.

Đức Thế Tôn thấy những người kia, người đang tìm thuyền, người đang tìm phao, người đang cột bè để qua bờ bên kia. Đức Thế Tôn hiểu được ý nghĩa của cảnh này, lúc ấy bèn ứng khẩu cảm khái: "*Những ai làm cầu vượt biển trùng dương, bỏ lại đất sủng đầm ao, trong khi người phàm phu cột bè, những người ấy thật là những vị được giải thóat bởi trí tuệ*".

Đọc đoạn kinh trên tôi nhớ đến bài *Dấu Chân Tử Phụ* của Hoài Khanh:

Cái gì hễ mất là còn
Hễ không là có hễ tròn là lăn
Ngày xưa có một dấu chân
Bước qua bãi cát sông Hằng nhẹ tênh.

Hôm đến Biên Hòa thăm Hoài Khanh, khi ngồi nói chuyện trong phòng khách, nhìn lên vách tôi thấy ông có treo hình Đức Phật, xa hơn chút nữa là hình của Martin Heidegger. Tôi nhìn hai tấm hình và tự nghĩ rằng, chắc bây giờ ông không còn buồn vì những "*dòng sông kiacứ vẫn chảy xa mù*" nữa đâu!

Vì chẳng phải ông đã tìm lại được cội nguồn của một dòng sông rồi đó hay sao?

Nha Trang, mùa Hạ (2008)

CUỐI NĂM ĐỌC
"NHỮNG NGÀY HOANG VU"
CỦA NGUYỄN ĐỨC SƠN

I

Đối với tôi, cái hấp dẫn nhất trong thế giới thơ văn của Nguyễn Đức Sơn, có lẽ là cái hình ảnh bất lực của chính ông một mình lầm lũi bước đi tìm kiếm một cái gì chưa có tên gọi trên cuộc đời này.

Trong bài thơ có tên là *Một mình đi luồn vô luồn ra trong núi chơi*, Nguyễn Đức Sơn đã tự mô tả lại cuộc đi tìm kiếm của ông như thế này:

Khi thấm mệt tôi đi luồn ra núi
Cuối chiều tà chỉ gặp bãi hoang sơ
Bước lũi thủi tôi đi luồn vô núi

Nghe nắng tàn run rẩy bóng cây khô
Chân rục rã tôi đi luồn ra núi
Hồn rụng rời trước mặt bãi hư vô.

Theo tôi, đây là bài thơ lạ lùng và độc đáo nhất mà Nguyễn Đức Sơn đã cống hiến cho thi ca Việt Nam ở hậu bán thế kỷ XX.

Nhưng Nguyễn Đức Sơn đi tìm kiếm cái gì trên cuộc đời này?

Trong truyện ngắn *Những ngày xuân hoang vu* ông đã tự thú về chính mình: "Tôi chỉ là một người với cái bản chất sâu xa của nó là bất lực: bất lực trong cái giới hạn quá ngắn của kiếp người và hoàn toàn bất lực trước cái vô cùng".

Vậy là Nguyễn Đức Sơn cũng như bao nhiêu nghệ sĩ tài hoa khác cũng đều khát khao đi tìm kiếm cái vô cùng (infinite) trên cuộc đời hữu hạn này.

Nhưng cái vô cùng ấy nó ở đâu mà ông đi tìm?

Cũng trong truyện ngắn *Những ngày xuân hoang vu* Nguyễn Đức Sơn đã kể lại, khi còn là cậu học trò ở quê nhà Ninh Chữ (Phan Rang) ông đã trốn gia đình, trốn học đi theo một người thuyền chài ra tận những hòn đảo xa. Khi đêm buông xuống, ngồi một mình trên mõm đá giữa đại dương mênh mông, ông kể lại trong truyện: "Trong hồn tôi lúc ấy, tôi như nghe thấy một tiếng nói rất nhỏ vọng lên xa xôi. Tôi lạnh toát mồ hôi và khi cố gắng để nghe lại thì tiếng nói kia đã trở về cái im lặng muôn năm của biển ngàn". Và cái giây phút ngắn ngủi ấy chắc chắn đã làm thay đổi cuộc đời của ông: "Có lẽ đây là lần đầu tiên tôi cảm nhận được cái mênh mông của vũ trụ và những bóng dạ hành lẽ loi ngàn đời nối tiếp nhau đi về vô định".

Giây phút ấy phải chăng là giây phút mà ông đã bước đến cánh cửa vô cùng?

Từ thuở nghe được tiếng gọi thì thầm giữa đại dương mênh mông ấy thì tiếng thơ của Nguyễn Đức Sơn có cái gì đó như luyến tiếc, như muốn níu kéo lại cái gì vừa mất đi:

Thôi nhé ngàn năm em đi qua
Hồn tôi cô tịch bóng trăng tà
Trời sinh ra để chiều hôm đó
Tôi thấy mây rừng bay rất xa.

Dường như những người từ thế giới vắng lặng trở về họ đều cảm thấy bất lực trước đời sống quá nhàm chán quá vô nghĩa của kiếp người. Trong truyện ngắn có tên là *Người tù chung thân* Nguyễn Đức Sơn đã phải kêu lên một cách thống thiết: "Vậy mà chán ơi, nhân loại vẫn tồn tại. Giữa hai khoảng thời gian nhỏ mở mắt và nhắm mắt của một ngày, rồi giữa hai khoảng thời gian lớn mở mắt lần đầu tiên và nhắm mắt vĩnh viễn, con người cũng phải làm việc đó. Mặt đất ơi sao mà chán mênh mông vậy? ".

Nhưng cuối cùng, Nguyễn Đức Sơn có đầu hàng trước cái bất lực quá lớn ấy không? Đây là câu trả lời của chính ông:

"Đừng hòng, vì hãy nhận lấy điều này: tất cả những thiên tài, những triết gia tăm tiếng đã đi qua trên mặt địa cầu này đều bất lực cả. Một nhà văn càng thiên tài bao nhiêu thì càng biểu hiện cái bất lực khủng khiếp của con người bấy nhiêu. Vậy thì cái gì đã níu kéo tôi ở lại trên cuộc đời này? Đó là những giờ phút dù ngắn ngủi nhưng đã tinh ranh khôn khéo đem gieo rắt giữa cuộc đời, những giờ phút làm cho người ta yêu đời tha thiết. Vậy thì tại sao không tìm cách duy trì chúng, đào xới, vun bón cho chúng sinh sôi nảy nở".

Và đây có phải là những giây phút đã làm cho Nguyễn Đức Sơn "yêu đời tha thiết" và ông muốn làm cho nó sinh sôi nảy nở giữa một thế giới ồn ào và huyên náo này chăng?

Mang mang trời đất tôi đi
Rừng im suối lạnh thiếu gì tịch liêu
Tôi về lắng cả buổi chiều
Nghe chim ăn trái rụng đều như kinh.

II

Nguyễn Đức Sơn vốn hoài nghi về nền văn minh hiện đại của nhân loại, vì nền văn minh ấy không giải quyết được chuyện trọng đại là cái chết của con người trên mặt đất này. Đó là chưa nói nền văn minh hiện đại theo cách nhìn của một thi nhân như ông thì nó đã tàn phá mọi sự thơ mộng của vũ trụ mênh mông này:

Chúng ta giờ ước mong gì
Văn minh gửi cát bụi về mai sau.

Cho nên chúng ta thấy trong toàn bộ sáng tác thơ văn của Nguyễn Đức Sơn, ông chỉ lui tới những nơi mà ở đó rất ít dấu vết của nền văn minh hiện đại. Trong truyện ngắn *Những ngày xuân hoang vu* ông đã lấy thị trấn Đương Dương (Dran). Một thị trấn mà vào thời trai trẻ ông đã tả lại trong truyện: "loanh quanh chỉ có đôi hiệu tạp hóa kèm theo một ít sách báo rẻ tiền và một trường tiểu học buồn thiu". Nhưng cái đặc biệt của thị trấn Đương Dương là "vây quanh bởi rừng thông trùng điệp" và nhất là "rừng cao và đầy gió hú".

Trước năm 1975, mỗi lần từ Nha Trang đi Đà Lạt thì phải đi vào

Phan Rang. Khi xe bắt đầu lên đèo Ngoạn Mục thì lúc nào tôi cũng nhìn lên đám mây mù bao phủ dày đặc cái thị trấn heo hút này, và rồi nhớ đến bài thơ của Nguyễn Đức Sơn có tên là Dran:

Xe qua khỏi dốc ưu phiền
Tóc em bay heó cả miền khói sương
Tương lai mối đụn bên đường
Anh nghe nắng rụng vô thường dưới khe.

Nguyễn Đức Sơn say mê rừng thông ngút ngàn và mây mù thị trấn này đến độ: "Tôi thường mơ ước đứa con gái bạc phước nào bằng lòng đi theo tôi trong cái băng giá mênh mông này phải có khung cảnh sống như My. Lớn lên nơi khu rừng cao có nhiều thác, nhiều suối xa hẳn cái phồn tạp lao xao vô nghĩa. Thân thể và tâm hồn đã được sương mù, gió hú, âm khí ngàn năm thấm nhuần".

Và Nguyễn Đức Sơn đã lựa chọn một chiều có thể nói là thơ mộng nhất, âm u nhất, lê thê nhất để đến thị trấn Đương Dương heo hút, buồn thiu này: "Tôi đáp chuyến tàu hai mươi tháng chạp lên cao nguyên. Tôi muốn mang cái hoang vắng trùng trùng của đời tôi nhập vào cái trống trơn mênh mông của đời My". Và rồi họ đã rời ga nhỏ ở miền rừng núi vào "một chiều sẩm tối, sương mù và khói đá bay bít trời".

Những mùa xuân vốn đã hoang vu đối với những tâm hồn dị thường như tâm hồn của Nguyễn Đức Sơn. Nhưng dường như ông càng muốn đẩy cái hoang vu đó đến cùng khi ông kết thúc câu truyện *Những ngày xuân hoang vu* khi mùa xuân vừa mới bắt đầu: "chuyến tàu mù sương sáng mùng một Tết mang tôi về lại miền biển dưới kia. Sau khi tôi viết bức thư ngắn ngủi bỏ vào trạm thư gần đó "My ơi, My ơi! Phải chăng trước mặt chúng ta cũng chỉ là mây trắng và hoang vu trùng trùng điệp điệp, My ơi, My ơi!"

Đọc bài thơ sau đây tôi cứ tưởng tượng rằng, chắc là mười hay hai mươi năm sau đó thế nào ông cũng tìm về thăm lại cái thị trấn buồn hiu hắt này, nên ông mới viết được bốn câu thơ vừa thơ mộng, vừa buồn mênh mông:

Ngàn năm thông vẫn rạt rào
Chiều nay trở lại lủng sầu xa xưa.
Tóc em xuống nhẹ vai đời
Ghé thăm hạnh phúc rồi tôi độc hành.

III

Vào khoảng năm 1972 hay 1973 gì đó, nghĩa là cách đây gần nửa thế kỷ. Tôi tìm đến thăm Nguyễn Đức Sơn tại một ngôi chùa ở quân Gò Vấp Sài Gòn. Tôi nhớ ông đã say sưa thuyết giảng cho tôi nghe về cuộc chiến tranh giải phóng dân tộc, và các chủ nghĩa này học thuyết nọ mà ông hy vọng sẽ đem đến điều tốt lành cho dân tộc đã quá đau khổ này.

Nhưng sau năm 1975, tôi lại được tin ông đã từ bỏ Bình Dương, từ bỏ Sài Gòn để về ẩn cư trên rừng núi Đại Ngàn ở Bảo Lộc, và cũng trong khoảng thời gian đó tôi cũng đọc được bài thơ của ông khi ông trở về núi:

Sướng quá đời ta sắp tuổi già
Bao nhiêu học thuyết bước đều qua.
Nay về dắt bóng chơi am vắng
Thơ ấu vườn trăng một tiếng gà.

Vậy là Nguyễn Đức Sơn đã bỏ lại sau lưng những học thuyết mà một thời tuổi trẻ ông đã say mê. Đối với ông, cái duy nhất còn động lại trong hồn ông bấy giờ là tiếng gà gáy trong những đêm trăng của thời thơ ấu đã xa xôi mà ông đã lắng nghe được trong những đêm khuya tĩnh mịch ngồi nhìn chiếc bóng của mình in trên vách Phương Bối Am nơi núi rừng đại ngàn Bảo Lộc.

Nha Trang, Cuối năm Kỷ Hợi
(2019)

LỜI GIỚI THIỆU
TUYỂN TẬP THƠ THIỀN
LÊ-NGUYỄN

Trong tác phẩm *Lịch sử tư tưởng Việt Nam* tập VI, cố giáo sư Nguyễn Đăng Thục đã phê phán vua Lê Thánh Tông, vị vua được hầu hết các sử gia xưa nay ca tụng là "bậc anh quân vĩ đại nhất của Triều Lê" như thế này: "Vua Lê Thánh Tông chỉ tin vào Nho giáo, chê nhà Lý mê tín Phật Giáo, nhưng sau một đời hoạt động tích cực cho quốc gia, khi sắp từ giã cuộc đời đã thốt ra những lời đầy hoang mang":

Ngũ thập niên lai, thất xích khu
Cương trường như thiết khước thành nhu.

Nghĩa là:

Năm mươi năm bảy thước thân trai
Dạ sắt lòng gang chợt yếu rồi.

Nhưng phải đợi đến hai câu thơ trong bài *Đề Tu Mộng Tự trụ khắc*, thì ta thấy không còn là hoang mang hay giao động nữa, mà gần như đau khổ đến cùng cực, khi nhà vua thốt lên với vị sư trụ trì chùa Tu Mộng:

Đại giác hãi trung quân dị độ
Vô cùng môn lý ngã nan hành.

Nhà thơ Nguyễn Duy dịch:

Thầy qua biển giác bình yên
Còn ta vất vả triền miên giữa đời.

Đây có phải là lời ân hận của nhà vua vì đã đối xử bất công với Phật Giáo, một tôn giáo đã có mặt từ những ngày đầu dựng nước? thật khó để chúng ta khẳng định nhất là đối với những tâm hồn được gọi là vĩ đại, vì càng vĩ đại bao nhiêu thì càng phức tạp và khó lường bấy nhiêu. Nhưng có một điều ta có thể khẳng định được là, một ông vua bài xích Phật Giáo thì cuối cùng cũng phải trở về một ngôi chùa Phật Giáo để tâm sự về những đau khổ, những dằn vặt của chính mình.

Trong ba mươi tác giả của ba mươi bài thơ trong tuyển tập này, ta có thể thấy đủ mọi thành phần trong xã hội vào thời Lê Nguyễn.

Ngoài các Thiền sư ra, thì còn có vua chúa, giới quý tộc, những bậc anh hùng đánh đuổi giặc phương bắc xâm lược như Nguyễn Trãi, Ngô Thời Nhiệm, nhà hiền triết Nguyễn Bỉnh Khiêm, thầy thuốc Thái Thượng Lãn Ông Lê Hữu Trác, thi hào Nguyễn Du, nữ sĩ Hồ Xuân Hương, nhà Nho vui thú điền viên Nguyễn Khuyến đến cả kẻ nổi loạn chống lại triều đình như Cao Bá Quát v.v... nghĩa là tất cả đều lấy cảm hứng từ Phật Giáo hay những ngôi chùa của Phật Giáo.

Nhưng tại sao Phật Giáo lại được giới trí thức, Nho sĩ đón nhận một cách nồng nhiệt như vậy? Trong khi hai triều đại này đặc biệt là nhà Lê đã đưa ra những khẩu hiệu đầy cực đoan để bài Phật Giáo như "Tịch Thích Lão" "Tịch Phật Lão" nghĩa là phải bài trừ Phật Giáo và Lão Giáo đến tận gốc.

Sau khi đoạn tuyệt với ý thức hệ Tam Giáo của Thiền Tông Lý Trần mà người đại diện cuối cùng là Nguyễn Trãi bị tru di tam tộc(19/09/1942) thì nhà Lê đã lấy ý thức hệ Nho giáo để cai trị quốc gia.

Dĩ nhiên, độc quyền thì lúc đầu rất hùng mạnh, vì là con trời "Thiên tử" thì không ai dám động đến, nhưng sau khi vua Lê Thánh Tông qua đời, Lê Uy Mục lên kế vị làm rối loạn triều đình, giết anh em chú bác trong hoàng tộc đến vua Tương Dực thì cũng chẳng có gì khá hơn nghĩa là cũng huynh đệ tương tàn để tranh quyền đoạt vị. Cuối cùng thì nhà Lê cũng mất vào tay Mạc Đăng Dung.

Chắc chắn không phải là ngẫu nhiên khi một nhà Nho chân chính là Nguyễn Bỉnh Khiêm, được ca tụng là "Cây đại thọ của thế kỷ XVI "đã tìm đến thăm chùa Phổ Minh của vương triều Trần ở làng Tức Mặc phủ Thiên Trường nơi phát tích của nhà Trần oanh liệt với hai câu thơ đầy xúc động, vừa ngậm ngùi cho một triều đại thạnh trị đã qua đồng thời cũng xót xa cho thời đại hôn ám mà mình đang sống:

Bi văn tước lạc hòa yên bích
Phật nhãn thê lương chiếu dạ thanh.

Giáo sư Nguyễn Bá Chung dịch:

Bia văn khói biếc bóng mờ

Sầu vương mắt Phật sáng bờ đêm thâu.

Đó có lẽ là lý do các nhà Nho trí thức chân chính chỉ còn tin vào Phật Giáo chăng?

Sở dĩ hai triều đại Lý Trần đưa đất nước thạnh trị đến gần năm thế kỷ là vì hai triều đại này không lấy Phật Giáo làm ý thức hệ độc tôn mà biết tôn trọng các hệ tư tưởng đương thời để đoàn kết với Phật Giáo mà xây dựng một nước Đại Việt phú cường.

Bao dung, đó chính là tinh thần cốt lõi của Phật Giáo. Lịch sử truyền bá hơn hai nghìn năm của Phật Giáo đã chứng minh cho điều ấy.

Muốn có được tinh thần bao dung thì chúng ta không nên nô lệ vào bất cứ ý thức hệ nào, hệ tư tưởng nào, lý thuyết nào như Đức Phật đã khuyến cáo các đệ tử của Ngài trong Kinh Samyutta Nikaya:

"Này Kaccayana, thế gian phần nhiều lần mò đi tìm những hệ thống, và bị trói buộc bởi những tín điều. Những người nào không đi tìm những hệ thống, không cần những lập trường lý thuyết, không theo những tín điều, không coi các tín điều như pháo đài. Người ấy sẽ không có sự hoài nghi và do dự, vì người ấy không phụ thuộc kẻ khác để hiểu biết, sự hiểu biết của người ấy, phải từ thực chứng của chính mình. Đó mới là quan điểm chân chính".

Và dường như Đức Phật đã tiên đoán được những lý thuyết cực đoan sẽ gây đau khổ cho nhân loại trong những thiên niên kỷ sau khi ngài nói:

"Mỗi quan điểm là một bui rậm, một sa mạc, một mê cung, một sự nô lệ, một sự trói buộc tri thức, chỉ đem lại đau đớn và thống khổ"(Majjhima Nikaya)

Đọc những lời trên của Đức Phật khiến tôi nhớ đến Hương Hải Thiền sư ở đời Lê cũng khuyến cáo chúng ta không nên "đi tìm trí thức trong mộng" mà nên tìm những giá trị tâm linh siêu việt từ chính mình:

Phản văn tự kỷ mỗi thường quan
Thẩm sát tư duy tử tế khan
Mạc giáo mộng trung tìm tri thức
Tương lai diện thượng đổ sư nhan.

Giáo sư Nguyễn bá Chung dịch:

Từng giây phút tự xét mình
Suy đi nghĩ lại tâm hình rõ ra
Chớ tìm trí thức trong mơ
Mặt thầy sẽ hiện trong ta sáng ngời.

Bài thơ trên được trích từ *tuyển tập thơ thiền Lê Nguyễn* do giáo sư Nguyễn Bá Chung và nhà thơ Nguyễn Duy tuyển chọn và dịch thuật. Giáo sư Nguyễn Bá Chung đã sống và giảng dạy tại Mỹ gần nữa thế kỷ qua. Dù sống xa tổ quốc nhưng lúc nào cũng nặng lòng với tổ quốc. Trong một điện thư gửi cho tôi mới đây, giáo sư tâm sự: "Thơ Thiền là một tinh túy của văn hóa Việt Nam, không có nó Việt Nam đã không thể tồn tại được cả ngàn năm qua. Nhờ nó, Việt Nam đã hóa giải được tất cả những mâu thuẫn, những khổ đau, những ngang trái suốt quá trình tồn tại của mình".

Như vậy, theo quan điểm của Giáo sư thì Thiền không phải chỉ thuần túy là biểu tượng cho cái đẹp trong đời sống tâm linh mà còn dính chặt đến sinh mệnh sống còn của dân tộc Việt Nam chúng ta nữa. Còn nhà thơ Nguyễn Duy thì rất được kính trọng vì những bài thơ của thi sỹ đã phản ảnh những âu lo, những xót xa cho quê hương đất nước.

Một nhà nghiên cứu và một nhà thơ cùng hợp tác với nhau để dịch thì nhất định theo thiển ý của tôi, tập thơ đó chẳng những rất nghiêm túc về chữ nghĩa mà còn tràn đầy tinh thần thi ca nữa.

Trong tuyển tập này, ngoài ba mươi bài thơ Thiền, còn có tiểu sử tóm tắt ba mươi tác giả được Sam Hamill người sáng lập nhà xuất bản Copper Canyon danh tiếng dịch sang tiếng Anh, cũng cần nhắc lại là Sam Hamill cũng đã dịch nhiều thơ Trung Quốc và Nhật Bản sang tiếng Anh nữa.

Với thơ Thiền Lý Trần thì chúng ta đã có bộ thơ văn Lý Trần đồ sộ, do viện văn học thuộc Ủy Ban khoa học xã hội Việt Nam xuất bản vào năm 1983 nhưng đây là lần đầu tiên một tuyển tập thơ Thiền Lê Nguyễn được xuất bản tại Việt Nam. Điều này theo tôi rất quan trọng vì lâu nay chúng ta chỉ biết đến Lý Trần tức là hai triều đại cực thịnh của Phật Giáo, còn Lê Nguyễn là hai triều đại được các sử gia gọi là "độc tôn Nho Giáo". Nhưng nếu chúng ta đọc ba mươi bài thơ trong tập này thì chúng ta sẽ thấy rằng, nói theo giáo sư Lê Mạnh Thát "Phật Giáo biết bám vào sức sống của Dân Tộc để tồn tại còn triều đại nào không hợp lòng dân thì triều đại đó sẽ bị loại bỏ."

Bằng tất cả sự xúc động trước tấm lòng của giáo sư Nguyễn Bá Chung và nhà thơ Nguyễn Duy đối với văn hóa Phật Giáo nói riêng và dân tộc nói chung, tôi xin được trân trọng giới thiệu tuyển tập này đến với Phật tử và bạn đọc trong và ngoài nước.

Nha Trang, cuối năm Mậu Tuất (2018)

AN INTRODUCTION TO
THE COLLECTION OF LÊ-NGUYỄN
ZEN POEMS

In the work *Lịch sử tư tưởng Việt Nam* tập VI (History of Vietnamesc Ideas, Vol. VI), Nguyễn Đăng Thục has criticized King Lê Thánh Tông, a king whom almost every historian past and present has praised as "the most brilliant king of the Lê dynasty," in the following manner:

"King Lê Thánh Tông only believed in Confucianism, considered the Lý dynasty as superstitious in Buddhism, but after a life devoted to serve the country, before leaving this world, he uttered the following words full of bewilderment:

Ngũ thập niên lai, thất xích khu
Cương trường như thiết khước thành nhu

which means:

After fifty years unflinching as a seven-meter man
My iron will and stout heart suddenly grow weakened

But we will have to wait until the two lines in the poem *Poem carved at the pillar of Tu Mong Temple* to see that it's no longer an issue of bewilderment or agitation, but a matter of utmost agony when he shared the following with the bonze superior of Tu Mong Temple:

Đại giác hải trung quân dị độ
Vô cùng môn lý ngã nan hành

which poet Nguyen Duy translates as:

You pass the sea of enlightenment with ease
While I go about the world with enormous difficulties

Wasn't it the king's remorse because he had dealt unjustly with Buddhism, a religion that has been with the country since its very inception? It's difficult for us to ascertain, esp. with spirits that have been considered great because the greater that spirit is, the more complicated and unmeasurable it becomes. But there is one thing we can be sure of, that a king who once denounced Buddhism, would in the end have to return to a Buddhist temple to unburden his own agonies, his own distresses.

In the thirty authors of the thirty poems in this collection, we will find all the different social members of the Lê-Nguyễn dynasties. Beyond the Zen masters, we find kings and lords, aristocrats, heroes who had driven out the Northern invaders such as Nguyễn Trãi and Ngô Thời Nhiệm, the sage Nguyễn Bỉnh Khiêm, the doctor Hải Thượng Lãn Ông, the great poet Nguyễn Du, the woman poet Hồ Xuân Hương, the scholar who resigned and led a hermit's life Nguyễn Khuyến, and even a rebel against the Court Cao Bá Quát, etc.. All took their inspirations from Buddhist teaching or Buddhist temples.

Why did the intellectuals and Confucian scholars receive Buddhism with such enthusiasm? Esp. when these two dynasties had put out the most extreme slogans to wipe out Buddhism such as "Tịch Thích Lão," "Tịch Phật Lão," that is, to eliminate Buddhism and Taoism at the very root.

After dismantling the Triple Religion weltanschauung of Ly Tran Zen whose final representative Nguyễn Trãi had his three lineages exterminated (Sept 19, 1442), the Le dynasty employed Confucian ideology to rule the country.

Naturally, the monopoly of power was extremely potent in the beginning. As the king was looked upon as being the "Son of Heaven" (Thiên Tử), no one dared to go against him. After the death of King Lê Thánh Tông, Lê Uy Mục succeeded. He roiled the Court, killing his uncles' sons in the royal family. His successor Lê Tương Dực was no better; he was involved in a fratricidal conflict, contending for authority to win power. In the end, the Lê dynasty was eliminated by Mạc Đăng Dung.

Certainly it wasn't accidental that a veritable scholar like Nguyễn Bỉnh Khiêm, one who was praised as "The Leading Authority of the XVI century", had sought out Phổ Minh pagoda of the Tran dynasty at Tức Mặc village, Thiên Trường district, the originating landmark of the glorious Trần dynasty. He composed two especially moving lines, one grieving over the passing of a prosperous dynasty, the other deploring the stupefied period he was living through:

Bi văn tước lạc hòa yên bích
Phật nhãn thê lương chiếu dạ thanh

Nguyễn Bá Chung translates:

Dim steles mingle with blue smoke
The Buddha's sorrowful eyes pierce the sounds of night

Could it be that this was the true reason why the veritable scholars could only believe in Buddhism?

The reason the Lý-Trần dynasties brought the country to prosperity for nearly five centuries is because these two dynasties did not use Buddhism as a monopolistic ideology, but knew how to respect other contemporary ideologies and to bring them into solidarity with Buddhism, to build up a powerful and prosperous Đại Việt.

Generosity, that's the essence of Buddhism. The history of propagation of over two thousand years of Buddhism has proved it.

To achieve a spirit of generosity, we should not be enslaved to any ideology, any school of thoughts, any theory as the Buddha has urged his disciples in the Samyutta Nikaya:

"Dear Kaccayana, the world mostly goes about searching for systematic ideas, and is constrained by credos. Those who do not search for systematic ideas, do not need theoretical standpoints, do not follow credos, do not see credos as fortresses, they will not have doubts and hesitation, because they do not depend on others in order to understand. His understanding must come from his own positive knowledge. That's a genuine starting place."

And it seems that the Buddha has predicted that the extremist theories would create sufferings for humanity in the following millennia when he said:

"Every standpoint is a thicket, a desert, a labyrinth, an enslavement, an intellectual bondage, which only bring about suffering and misery."

(Majjhima Nikaya)

Reading the above words of the Buddha, I'm reminded of Hương Hải Thiền Sư in the Lê dynasty who advises us not to "search for knowledge in dreams" but to find the transcendental spiritual values within ourselves.

Phản văn tự kỷ mỗi thường quan
Thẩm sát tư duy tử tế khan
Mạc giáo mộng trung tầm tri thức
Tương lai diện thượng đổ sư nhan

Nguyễn Bá Chung translates:

Every moment, be ready to watch one's mind
Observe and ponder real carefully
No need to search for knowledge in dreams
Your Teacher's face will shine in yours brilliantly

That poem is excerpted from *The Collection of Lê-Nguyễn Zen Poems* compiled and translated by Nguyễn Bá Chung and Nguyễn Duy. Nguyễn Ba Chung has lived and taught abroad for nearly half a century. Though living far from the homeland, he's always deeply attached to the homeland. In an email sent to me recently, he wrote: "Zen poem is an essence of Vietnamese culture; without it, Vietnam could not have survived its thousand-years history. Thanks to it, Vietnam has been able to resolve all the contradictions, all the sufferings, all the adverse circumstances throughout its existence."

Therefore, according Nguyễn Bá Chung's perspective, Zen isn't just the symbol of the beauty in our spiritual life, but it's also deeply attached to the living history of our people. For poet Nguyễn Duy, he's highly respected for his poems which are overflowing with love, worry, and poignant feelings for the country.

A researcher and a poet collaborate with each other to perform the translation, then, to me, such a collection is not only exacting in term of words used, but also afired with the poetical spirit.

In this collection, thirty Zen poems are turned into English by Sam Hamill, a founder of the famous Copper Canyon publishing house in the U.S.. Sam Hamill is well-known as a great translator of Chinese and Japanese poems.

With the Lý-Trần Zen poems, we have already had the magnificent series *Poetry and Prose of the Lý-Trần Dynasties*, published in 1978 by Uy Ban khoa hoc xa hoi Viet Nam. Here, for the first time we have a tri-lingual *Collection of Lê-Nguyễn Zen Poems* published in Việt Nam. This, to me, is very important, because for a long time we only know that Lý-Trần are the two most significant dynasties of Buddhism while Lê-Nguyễn are considered "singularly Confucian." If we read the thirty poems in this collection, we will find that, as Prof. Lê Mạnh Thát says,

"Buddhism knows how to grasp on to the living force of the People in order to endure, while any dynasty that does not fit well with the people's will would be removed."

Being greatly moved by the heart of Nguyễn Bá Chung and Nguyễn Duy towards Buddhist culture in particular and the people in general, I respectfully present this collection to my Buddhist friends and readers both here and abroad.

Nha Trang, end of the Year of the Dog
(2018)

LỜI GIỚI THIỆU TÁC PHẨM "HẠT NẮNG BỒ ĐỀ"

Vào khoảng đầu năm 1990 hay 1991 gì đó của thế kỷ trước gặp một vị Thầy cũng ở tại Đại học Vạn Hạnh trước 1975. Sau khi nhắc đến những người thân mà bây giờ đã ly tán khắp nơi trên thế giới.

Khi hỏi đến Văn Công Tuấn thì Thầy đã trả lời một cách buồn bã là "bây giờ Văn Công Tuấn không còn như hồi ở Vạn Hạnh nữa". Tôi rất đỗi ngạc nhiên và cứ thắc mắc hoài trong đầu là, một người có tâm hồn rất đặc biệt như Văn Công Tuấn lại có thể quên cái quá khứ một thời ở Van Hạnh như vậy sao?

Rồi mới cuối năm ngoái đây, bất ngờ tôi gặp được trang web có tên là *Quê Nhà* của Nguyên Đạo Văn Công Tuấn. Trong trang web này, Văn Công Tuấn đã để ra một trang đặc biệt có tên là *Chốn Hoa Viên* đăng lại các bài viết của những người thân của Vạn

Hạnh năm xưa như Bùi Giáng, Tuệ Sĩ, Hoài Khanh, Chân Nguyên và có tôi nữa. Vậy là những thắc mắc cũng như thất vọng về Văn Công Tuấn hơn hai thập niên sau mới được hoàn toàn giải tỏa.

Cảm động nhất đối với tôi là, hai câu thơ của Bùi Giáng mà anh đã trang trọng đặt ở đầu trang *Quê Nhà* của mình:

Sẽ đi cùng bước chân mùa
Bóng Vang sầu cũ tháp chùa rộng thênh.

Sở dĩ tôi nói cảm động là vì hồi 1974 tôi có viết được một tùy bút đăng trên bán nguyệt san Thời Tập, một tập san văn nghệ do nhà thơ Viên Linh chủ trương rất nổi tiếng thời đó, có tên là *Tuổi Thơ Nghe Cọp Rống*, và tôi đã trang trọng đặt hai câu thơ của Bùi Giáng trên bài viết. Qua hai câu thơ đó, tôi muốn nói lên tình yêu nồng nàn đối với ngôi chùa đã in đậm trong ký ức tuổi thơ của tôi.

Nhưng ngôi chùa trong ký ức của tuổi thơ tôi có lẽ, tôi nghĩ, cũng giống như Kim Các Tự (Kinkakuji) của văn hào Nhật Yukio Mishima. Mizaguchi nhân vật chính của tác phẩm Kim Các Tự, mặc dù suốt cả tuổi thơ cứ mơ mộng làm sao đến cho được Kim Các Tự như là biểu tượng cho cái đẹp vĩnh cửu trên cuộc đời này. Nhưng khi người cha đích thân dẫn Mizaguchi đến Kim Các Tự thì Mizaguchi lại thất vọng vô cùng, vì theo Mizaguchi "có lẽ nào cái đẹp lại là một vật không đẹp đẽ như thế này sao?" nhưng khi từ giã Kim Các Tự trở về lại quê nhà thì cái đẹp của Kim Các Tự lại vẫn tiếp tục âm thầm ám ảnh tâm hồn Mizaguchi có lẽ còn mãnh liệt hơn trước khi được nhìn thấy Kim Các Tự thật.

Ngôi chùa của tuổi thơ tôi cũng vậy, nghĩa là ngôi chùa vẫn đứng đó không có gì thay đổi nhưng mỗi lần về lại tôi thấy ngôi chùa hoàn toàn khác với ngôi chùa mà tuổi thơ tôi đã từng sống và ám ảnh trên bước đường tha phương.

Bởi thế cho nên, hễ khi nào ngôi chùa nửa hư nửa thực của tuổi thơ còn sống đậm đà trong ký ức của tôi thì hai câu thơ cũng nửa hư nửa thực của Bùi Giáng vẫn còn tiếp tục đeo bám tôi suốt cả cuộc đời.

Sở dĩ tôi có hơi lạc đề một chút là vì chỉ muốn nhấn mạnh rằng, thế hệ những người trẻ tuổi của tôi và Văn Công Tuấn đều đã được nuôi dưỡng từ cõi thơ bát ngát và phiêu bồng ấy của Bùi Giáng. Riêng tôi và Văn Công Tuấn còn may mắn hơn nữa là được sống gần gũi với Bùi Giáng trong một thời gian tương đối dài tại Đại học Vạn Hạnh danh tiếng năm xưa.

Nước Đức nơi Văn Công Tuấn đã sống gần 40 năm nay là quê hương của nhiều triết gia, văn hào và thi nhân vốn không xa lạ gì với những người trẻ tuổi trước 75 như Nietzsche hay Heidegger chẳng hạn. Nhưng ở dây tôi chỉ đề cập đến văn hào Hermann Hesse người đoạt giải thưởng Nobel văn chương năm 1946.

Mặt dù tác phẩm của Hermann Hesse được dịch sang tiếng việt rất nhiều như *Đôi Bạn Chân Tình, Tuổi Trẻ Và Cô Đơn*..v.v.... nhưng ảnh hưởng nhất vẫn là *Câu Chuyện Dòng Sông* được Phùng Khánh tức ni trưởng Trí Hải và người em là Phùng Thăng dịch.

Nhưng vì sao *Câu Chuyện Dòng Sông* của văn hào Hermann Hesse lại hấp dẫn những người trẻ tuổi thời đó đến như vậy?

Trong lời giới thiệu của nhà xuất bản Lá Bối (theo chỗ tôi biết do Phạm Công Thiện viết) có trích một câu thơ của Hermann Hesse:

"Dù bị đau đớn quằn quại tôi vẫn tha thiết yêu thương trần gian điên dại này".

Thế là đã rõ, Hermann Hesse khuyên những người trẻ tuổi đừng sợ đau khổ, vì chính nhờ đau khổ mà người thanh niên trẻ tuổi Siddharta trong tác phẩm mới can đảm vứt bỏ tất cả kể cả giai cấp Bà La Môn quý tộc của mình để lên đường đi tìm kiếm ý nghĩa cho đời mình trong cô độc "đó là câu chuyện của mỗi người trong chúng ta" đúng như lời giới thiệu mà nhà xuất bản đã viết.

Các đây mấy tháng, tôi được Văn Công Tuấn báo trước là sẽ gửi tặng một tác phẩm mà anh vừa xuất bản tại Việt nam, trong đó có bài anh viết về tôi. Khi nhận được *Cổ Thụ Lặng Bóng Soi* tôi mở ra đọc phần mục lục trước, không phải để tìm bài viết về tôi mà xem thử anh có viết gì không về văn hào Hermann Hesse? Văn hào mà một thời tuổi trẻ tôi và anh đã say mê đọc.

Tôi quá vui chẳng những anh đã viết về Hermann Hesse mà còn viết rất dài nữa.

Trong bài, Văn Công Tuấn cho biết là khi được định cư tại Đức thì anh đã nghĩ ngay đến việc đi thăm nơi ở của Hermann Hesse. Vậy là, tôi tự nhủ cái quá khứ của thời tuổi trẻ ở Đại học Vạn Hạnh vẫn âm thầm tác động và nuôi dưỡng tâm hồn anh, dù anh sống ở chân trời góc bể nào.

Và đây là câu của Hermann Hesse phát biểu về Phật Giáo và triết lý Đông Phương được Văn Công Tuấn dịch từ nguyên tác tiếng Đức như thế này:

"Trong nhiều năm qua tôi đã tin rằng, trí tuệ của Âu Châu đã suy đổi và đang có nhu cầu, quay về cội nguồn Châu Á. Tôi đã nhiều năm ngưỡng mộ Đức Phật và nền văn Hóa Ấn Độ mà từ thời trai trẻ tôi đã từng đọc được. Rồi sau này tôi còn thấy gần hơn với tư tưởng của Lão Tử và những hiền triết Trung Hoa. Với những suy tư

và nghiên cứu này, chuyến du hành Ấn Độ của tôi chỉ là một bổ sung nhỏ bé và là những minh họa thêm vào" (Cổ Thụ lặng Bóng Soi tr.225)

Theo Văn Công Tuấn Hermann Hesse đã viết đoạn trên trong một lá thư gửi cho người bạn vào năm 1919.

Vậy là đúng 1 thế kỷ đã trôi qua. Nếu cuối thế kỷ 19 và đầu thế kỷ 20 tư tưởng Phật Giáo chỉ giới hạn nơi những triết gia vĩ đại như Schopenhauer, Nietzsche của Đức hay Lev Tolstoy của Nga v.v.....thì ngày nay đã hoàn toàn khác, theo Văn Công Tuấn ghi lại trong bài viết: *"cụ Hesse của chúng ta đâu ngờ rằng, ngày nay gần nhà cụ, một tu viện Phật giáo có tên là Viên Đức đã được dựng lên"* và *"đã có rất nhiều tu sĩ người Đức xuất gia theo nhiều truyền thống khác nhau".*

Bởi vậy, chúng ta cũng chẳng lấy gì làm ngạc nhiên khi đọc những dòng sau đây của Văn Công Tuấn, một đứa con của Châu Á nhưng lại được học hỏi và trưởng thành từ nền văn hóa Tây phương khi đến Ấn Độ, quê hương của Đức Phật đã hãnh diện mà thốt lên rằng:

"Ngài đến bên tôi và còn dạy cho tôi rằng, tôi là một con người tự do và có chủ quyền. Tôi không là con dân của bất cứ Thánh thần nào, không ai có thể sai khiến tôi được. Ngược lại, tôi cũng không cầu xin hay sai khiến thần linh nào phục vụ cho những ý đồ, những toan tính, những ước muốn nhỏ nhen của tôi. Tôi, con người tự do và tự chủ. Tôi chỉ cần biết thắp đuốc lên là thấy rõ đường đi tới". (Hạt Nắng Bồ Đề).

Về vấn đề *"mọi người sinh ra đều bình đẳng"*. Có lẽ nhân loại không phải đợi đến ngày 4/7(1776) tức ngày hiến pháp Hoa Kỳ ra đời hay cuộc cách mạng Pháp 1789 thì mới biết "mọi người sinh ra đều bình đẳng", mà đều ấy đã được Đức Phật công bố từ hơn 25 thế kỷ trước. Tác giả *Hạt Nắng Bồ Đề* viết:

"Đó là, lần đầu tiên trong lịch sử loài người có bậc đạo sư dám nói ra một giáo pháp bình đẳng không phân biệt nam hay nữ (như Long nữ chỉ trong một khoảnh khắc đã thành bậc chánh đẳng chánh giác) một pháp mầu vi diệu không phân biệt kẻ bần cùng hay người quý tộc. Ai ai cũng có Phật tánh, ai ai cũng có khả năng thành Phật. Tính bình đẳng ấy cho mãi đến hôm nay trong thế kỷ 21 này vẫn là một điều khó hiểu cho nhiều học thuyết khác".

Chính vì thế nên khi đến được quê hương của Đức Phật, Văn Công Tuấn đã vượt nhiều trở ngại với mong ước lên được đỉnh núi Linh Thứu, (nơi mà Đức Phật đã tuyên thuyết những bộ kinh Đại Thừa nổi tiếng như Diệu Pháp Liên Hoa, Đại Bát Niết Bàn, Kim Quang Minh.v.v..) trước khi mặt trời chưa mọc. Khi đứng nhìn mặt trời mọc trên đỉnh núi Linh Thứu anh đã cảm khái hay nói đúng hơn là trút hết tâm sự của mình đối với giáo pháp vĩ đại của Đức Phật:

"Núi non vẫn nằm đó, cây cỏ còn đó, mỏm đá hình chim Thứu vẫn đứng đó. Đã bao nhiêu lần mặt trời từng mọc lên, đã chiếu sáng ngọn núi thiêng này, sau những đêm tối? ai đếm cho hết? ai cất công ghi lại cho kham? Nhưng có một điều tôi đoan chắc: Mặt Trời kia chưa bao giờ ngưng chiếu trên đỉnh núi Linh Thứu này. Từ mấy ngàn năm nay, mặt trời vẫn mọc lên và chiếu sáng như hôm nay, như lúc chúng tôi có mặt ở đây, và mỗi ngày như thế không hề ngưng động. Phải chăng, cũng chính vào những nhiên liệu này mà bánh xe Pháp cứ quay, quay từ ngày ấy của hơn 2000 năm trăm năm trước đến hôm nay và sẽ quay đến tận cả ngàn sau".

Nhưng Văn Công Tuấn đến Ấn Độ không phải là khách tham quan, cũng không phải để *"ghi chép lịch sử hay mô tả Phật tích"* mà anh đi như một Phật tử, một hành giả. Hành trang của anh chỉ có một bộ Hoa Nghiêm kinh. Bộ kinh mà theo truyền thuyết, sau khi thành đạo dưới gốc cây Bồ Đề, Đức Phật đã ngồi trong Thiền định để giảng kinh này cho các vị Đại Bồ Tát". Tác giả *Hạt Nắng Bồ Đề* trong thời gian trì tụng dưới bảo tháp Hoa Nghiêm ở Bồ Đề Đạo Tràng có than rằng kinh Hoa Nghiêm khó hiểu quá. Mặc dù vậy, khi đọc được câu ngắn gọn sau đây, tôi đã nghĩ rằng anh đã đến được cánh cửa của Pháp Giới Hoa Nghiêm *"phải mượn thêm năng lượng của vũ trụ quanh mình như vậy may ra có thể hiểu được đôi chút"*.

Ấn Độ nằm dưới chân Hy Mã lạp Sơn, năng lượng của vũ trụ chắc chắn đều tích tụ từ rặng núi cao nhất thế giới này nên không chỉ trong quá khứ đã sanh ra được bậc *Trí giả trầm lặng của dòng Sakya* mà ngay cả trong thời hiện đại ở đầu thế kỷ 20, Ấn Độ cũng đã cống hiến cho nhân loại nhiều bậc trí giả vĩ đại khác nữa, mà nổi bậc nhất là Mahatma Gandhi, J.krisnamurti và thi hào Rabindranth Tagore cũng được tác giả *Hạt Nắng Bồ Đề* kính cẩn ghi lại trong tác phẩm này.

Xin được trân trọng giới thiệu đến toàn thể Phật tử và bạn đọc xa gần với cầu mong rằng, *Hạt Nắng Bồ Đề* sẽ luôn luôn thắp sáng mãi trong tâm hồn của mỗi người chúng ta.

Nha Trang, mùa Hạ 2017

PHỤ LỤC

NHỮNG ĐIỀU GHI ĐƯỢC
TỪ MÙA THU

Những kỷ niệm về tuổi thơ cô đơn, nghèo khó, mơ mộng và không ít những đau đớn của một nhà sư. Sau hành trình hơn nửa thế kỷ, những buổi chiều trên đồi Trại Thủy, trong khí sắc mùa Thu bảng lảng của Nha Trang, vị sư ghi lại hồi ức này.

Như những đám mây xám cuối trời kia, những dòng kí ức cũng lang thang đứt nối trong một tâm tưởng đầy hoài niệm và tạo nên nét quyến rũ lặng lẽ và mê đắm.

Say mê đọc đến dòng cuối, người đọc thoáng ngạc nhiên rồi trầm tư với cái tựa đề "những điều ghi được từ mùa Thu". Một cái tựa đề đầy sức gợi mở. Phải chăng những kỷ niệm riêng tư của một thân phận nhỏ bé mong manh trong "làng xa lặng lẽ sau tre trúc" đã chạm đến điều gì đó cảm động và cao cả bởi trong tiềm thức của mỗi người đều ẩn chứa mối ràng buộc huyền bí giữa cá nhân với cộng đồng, với bốn mùa mưa nắng, với núi non vũ trụ.

> *Thật là thiếu sót nếu sách giáo khoa viết cho trẻ con học không tìm đến những tác giả như Thích Phước An. (**Trang Web Nguyễn Hoa Lư**)*

I

Đêm qua nằm mơ thấy mẹ
Như thấy ngôi chùa của quê hương.
Huyền Không

Đến bây giờ, tôi vẫn còn nhớ như in, hồi nhỏ sống trong căn nhà tranh nơi một làng quê nghèo khổ ở miền Trung. Vào những buổi xế chiều cuối tháng 6 hoặc đầu tháng 7 âm lịch, mẹ tôi hay vắng nhà, bà đi ra đồng nhổ cỏ ruộng hoặc hái rau. Còn lại một mình ở nhà, không biết làm gì, tôi thường leo lên nằm trên chiếc võng treo ngay nơi cửa chính ra vào. Tôi nằm yên nhìn những đám mây đen đang tụ lại nơi những rặng núi xa ở phía Tây, những đám mây đó như báo hiệu những ngày đông giá rét lê thê đang sắp đến nơi làng quê nghèo khổ này. Thỉnh thoảng tôi còn nghe những tiếng sấm từ chân trời xa vọng lại.

Tôi nhìn mây và nghe sấm mà tâm trí ngây thơ cứ tưởng tượng rằng, chắc là sau những đám mây đen kia, sau những tiếng sấm chớp kia, có một nơi chốn tươi đẹp hơn ở đây? Nơi đó, chắc không có những buổi chiều buồn bã ngồi chồm hổm dưới đất ăn cơm bên ngọn đèn dầu leo lét, nơi đó chắc cũng không có những đêm như dài vô tận, ngủ không được, vì sợ oan hồn của những người chết trôi ngồi khóc than trên hòn đá của dòng sông trước nhà, mà tôi vẫn thường lắng nghe người lớn bàn tán với nhau mỗi khi chiều đến.

Bây giờ, sau những năm được sống nơi những thành phố mà tôi

đã mơ ước đó, cũng vào những ngày cuối hạ, nhìn bầu trời nhiều mây, thì lòng tôi cũng chợt u hoài nhớ về vùng quê nghèo khổ mà tuổi thơ tôi đã cố chối bỏ để ra đi.

Tôi vẫn thường được ông chú ruột của tôi, là một vị sư trụ trì tại một ngôi chùa trong làng kể lại rằng, khi mẹ tôi có mang tôi khoảng 4 tháng thì cha tôi qua đời. Nên khi mới 7 hoặc 8 tuổi gì đó, là ông bắt buộc tôi phải vào chùa ở với ông. Vì chú tôi biết mẹ tôi không thể nào nuôi nổi, nhất là chuyện học hành.

Cha và mẹ đều là người cùng làng, nhưng cha tôi sanh ở bên này sông, dân làng thường gọi là phía bên núi, còn mẹ tôi ở bên kia sông thì gọi là ở bên đồng. Bên kia sông là ruộng đồng, mương rạch, nhiều lũy tre nối tiếp nhau. Vì sanh bên đồng nên mẹ tôi bơi lội và chống sõng rất giỏi. Trừ tháng 9 và tháng 10, nước sông chảy xiết thì tất cả những tháng còn lại trong năm, mỗi lần đi về ngoại mẹ tôi thường chở tôi đi bằng sõng. Tôi thích đi sõng nhất là những ngày cuối tháng chạp, vì những ngày đó mùa lụt vừa qua, nên nước sông vẫn còn đầy. Ngồi trên sõng tôi cứ say sưa nhìn màu xanh của lúa non cùng màu xanh của bầu trời mùa xuân như quyện vào nhau, từng chùm bông lục bình nở tím cả hai bên bờ sông.

Nhà ngoại tôi nằm khuất sau nhiều lùm tre, nên cứ mỗi lần sõng lướt qua được một lùm là tôi lại đếm thử còn mấy lùm tre nữa là đến nhà ngoại.

Những chuyến đi về quê ngoại bằng sõng với mẹ tôi từ thuở còn thơ ấy, tôi không ngờ đã âm thầm tác động đến cách nhìn của tôi đối với cái đẹp, như cái đẹp về thi ca chẳng hạn.

Cái cảnh dòng sông trong bài thơ này của Huy Cận, sao giống

dòng sông của quê ngoại tôi quá chừng!

Này lúc bên đường bóng đứng trưa
Thuyền em qua thác sóng xô lùa
Sông êm, bãi cát con cò đứng
Khỏi vực, lòng em hết sợ chưa?

Và tiếng gà gáy bên đê trong buổi chiều lặng lẽ này nữa chứ!

Tới ngã ba sông nước bốn bề
Nửa chiều, gà lại gáy bên đê
Làng xa lặng lẽ sau tre trúc
Bến cũ thuyền em sắp ghé về.

Ở đây, trên đồi cao nơi tôi đang sống, vào những buổi trưa vắng vẻ hay những đêm khuya khoắt, thỉnh thoảng tôi còn nghe lại được tiếng gà gáy từ một xóm quê bên kia sông vọng lại. Những lúc như vậy tôi lại nhớ về "làng xa lặng lẽ sau tre trúc". Ở đó có căn nhà của ngoại tôi tràn ngập trong nắng vàng, nhưng bây giờ nó chỉ còn lại trong kí ức mịt mù của tôi mà thôi. Bởi vậy nên "bến cũ thuyền em sắp ghé về" với tôi chắc chắn sẽ không bao giờ xảy ra nữa rồi.

Khi chiến tranh vừa chấm dứt, tôi vội về thăm lại quê sau bao nhiêu năm không về thăm được, mẹ tôi dẫn tôi đi thăm mộ ông ngoại, bà ngoại. Tôi ghé vào thăm căn nhà của ngoại năm xưa, đúng hơn là thăm nền nhà trơ trọi hoang tàn, vì mợ tôi và các con của bà đều chết trong một trận hai bên đang giao tranh với nhau, chỉ trừ người con trai cả lúc xảy ra giao tranh không có ở nhà, còn cậu tôi thì đi tập kết trước 1954 vẫn chưa trở về. Tôi lặng lẽ đứng nhìn khu vườn, cây dại mọc um tùm, nhìn con đê, mương nước trước sân, cây xoài, lũy tre sau nhà. Tôi tự nói trong ngậm ngùi với chính tôi rằng, vậy là dù bao nhiêu người trong căn nhà này đã vĩnh viễn ra đi, chúng vẫn âm thầm ở lại với bóng tối hơn 20 năm rồi đó. Tôi bỗng xót xa cho mảnh đất đã từng nuôi dưỡng tuổi thơ của tôi, và cũng xót xa luôn cho những người nông dân chân lấm tay bùn, suốt đời chỉ có một ước mơ duy nhất là được sống yên trên mảnh đất này, và khi chết thì cũng được chết ngay trên mảnh đất này. Vậy mà cái ước mơ quá giản dị đó lại không bao giờ thực hiện được. Tại sao?

Nhà văn Võ Hồng, có một câu truyện ngắn mà đọc rồi tôi cứ nhớ mãi. Có lẽ vì tác giả cũng sanh ra, lớn lên trên mảnh đất cũng nghèo khổ khô cằn như mảnh đất quê tôi, nên ông mới ghi lại được tất cả những đau khổ, hạnh phúc, đam mê cũng như bi kịch của những người đã dâng hết tình yêu nồng nàn cho mảnh đất:

"... Lên mười lăm tuổi thì cầm liềm đi gặt hái. Rồi thì cày ruộng, tát nước, gánh mạ, cuốc cỏ. Có bao giờ Lão được an nhàn đâu? Hết thời Tây đến thời Nhật rồi qua đến thời kháng chiến, Lão mơ ước có một đám đất của mình để gieo hột giống của mình, cắt lên bó lúa của mình. Sống gần hết đời người mà lúc nào cũng chỉ có trên tay một cái rựa, trên vai một cái cuốc, trên đầu một cái nón lá tả tơi" (Tình yêu đất).

Càng thất vọng về con người bao nhiêu thì những người nông dân lại càng bám lấy mảnh đất để hy vọng bấy nhiêu "... Đất không phản bội người, chỉ có người mới phản bội đất. Người dậm chân rủa sả rồi bỏ đi. Đất vẫn ở lại nhẫn nại trung thành. Khi người về, người cứ tưới mồ hôi xuống là đất lại nảy ra lá xanh, đơm hoa, kết quả..."

Khoảng 3 tháng sau ngày giải phóng, cậu tôi từ Bắc trở về. Mẹ tôi kể lại với tôi rằng, lúc đầu cậu dự tính về xây dựng lại nhà cửa rồi ra Bắc thu xếp để về Nam luôn. Nhưng sau khi ra Bắc trở lại thì cậu tôi bặt luôn tin tức, mặc cho sự mong đợi của mẹ tôi và con ông.

Khi nghe chuyện này, tôi hỏi mẹ tôi là khi về cậu có đến thăm nền nhà cũ của cậu không? Mẹ tôi trả lời rằng, không những đã đến thăm mà còn đứng lại đó suốt cả buổi chiều nữa, rồi lặng lẽ bước ra mà không nói được lời nào.

Sở dĩ tôi hỏi mẹ tôi một điều có vẻ vớ vẩn như vậy chỉ để xác nhận lại những ý nghĩ mà tôi đã tưởng tượng ở trong đầu tôi, chứ làm sao sau hơn 20 năm xa cách mà trở về lại không đến thăm nơi chôn nhau cắt rốn của mình? Cho dù đã biết trước là nơi đó nay chỉ còn là miếng đất hoang tàn trơ trọi.

Khi nghe tin cậu tôi về, tôi rất muốn về quê để thăm cho được người cậu mà tôi chỉ hình dung được là rất giống mẹ tôi từ khuôn mặt cho đến dáng đi, vì lúc cậu tôi đi tập kết ra Bắc thì tôi chỉ mới có 5 tuổi. Nhưng rồi cuối cùng tôi vẫn không về được. Vì lúc đó, chỉ rời chùa một đêm thôi là đã không biết chuyện gì sẽ xảy ra cho chính bản thân cũng như cho chùa rồi, huống chi là đi từ tỉnh này qua tỉnh khác. Đó là chưa muốn nói mỗi khi đi ra đường hoặc ngồi trên xe đò, những người "chiến thắng" đã nhìn như nhìn một quái vật từ hành tinh khác đến.

Vì không về thăm được cậu, nên tôi cứ tưởng tượng lúc cậu bước vào khu vườn ấy, đứng trên nền nhà ấy, cậu sẽ nghĩ gì khi 20 năm trước cũng chính nơi này cậu đã từng nâng niu từng chút hạnh phúc (dù là mong manh) với các con và gia đình? Những người thân nhất đời ông đó nay cũng đã bỏ ông và mảnh đất này ra đi vĩnh viễn. Tôi lại cứ thắc mắc, lẽ nào những người suốt cả đời cứ "hoan hô" bên này và "đả đảo" bên kia ấy đến một lúc nào đó cũng phải dừng lại, vì thân sẽ tàn và sức phải kiệt chứ? Cũng vậy, liệu những khẩu hiệu như "anh hùng", "vô địch", "quang vinh muôn năm", hay "bách chiến bách thắng", được viết khắp hang cùng ngõ hẻm có đủ sức chống đỡ nỗi tâm hồn đang quằn quại trong đau khổ của cậu khi đối diện với cảnh xưa hoang tàn, với nấm mộ của các con và vợ? Và tôi vẫn hy vọng rằng, đến một lúc nào đó, khi không còn chịu đựng được nỗi khổ đau này nữa, cậu tôi sẽ phải cúi xuống nhìn lại thân phận mình, thân phận bi thảm của kiếp người. Chỉ lúc đó cậu mới thực sự "giải phóng" cậu được, thay vì đòi "giải phóng" cho người khác.

Sau đó tôi về thăm quê, sư chú cho tôi biết là cậu đã vào chùa ở lại với ông hai đêm. Cậu đã nói hết sự thật về những năm tập kết ra Bắc cùng nỗi thất vọng khi trở về lại quê hương. Và cậu cũng nói cho sư chú tôi biết là cậu không về quê ở luôn như đã dự tính lúc ban đầu nữa.

Tôi rất vui khi nghe sư chú tôi kể lại như thế. Vậy là, ông cậu hiền lành, ít nói mà mỗi lần theo mẹ về ngoại ăn giỗ tôi vẫn thấy đạo mạo trong chiếc áo dài đen, đầu đội khăn đóng, cầm hương quỳ xuống khấn vái trước bàn thờ tổ tiên vẫn chưa hề mất trong ký ức tuổi thơ của tôi.

Vài năm sau, tôi được tin cậu mất ngoài Bắc, tôi nghe tin mà không ngạc nhiên mấy. Tôi nghĩ rằng, những nấm mồ và gia đình tan nát đã đeo đuổi và ám ảnh cậu tôi cho đến cuối cuộc đời. Vậy là cậu tôi đã vĩnh viễn không bao giờ trở về mảnh đất đau khổ này nữa. Tôi tự nghĩ, cậu tôi cũng như bao nhiêu người nông dân chất phác khác, đã yêu mảnh đất này bằng tất cả tâm hồn mộc mạc, không hề biết tính toán. Nhưng tình yêu không hề biết tính toán đó đã bị mọi bên lợi dụng. Bên nào cũng tự nhận mình mới là kẻ chiến đấu để bảo vệ mảnh đất cho họ. Cuối cùng, khi mọi sự đã vỡ lẽ, thì họ mới nhận ra rằng, bấy lâu họ đã ra đi theo tiếng gọi của hận thù thay vì tiếng gọi của tình thương như họ đã tưởng.

Đó chính là bi kịch không những chỉ riêng cho gia đình cậu tôi thôi, mà còn cho tất cả những người nông dân hiền lành trên mảnh đất đã quá khô cằn vì hận thù này.

Mỗi lần có dịp về thăm lại quê, tôi vẫn thường đứng lại bên này dòng sông, để nhìn qua bên kia sông, sau lũy tre kia là khu vườn của nhà ngoại, nhưng tôi biết là tôi sẽ không bao giờ trở về lại khu vườn ấy nữa. Mọi sự đã ra đi cùng với tuổi thơ tôi mất rồi:

Chiều chiều ra đứng bờ song
Muốn về quê mẹ mà không có đò.
(Ca dao)

Tôi còn một kỷ niệm khó phai mờ nữa cũng liên hệ đến dòng sông ấy. Đó là vào một chiều mùa đông giá rét, tôi đi học ở trường làng về, thấy cửa đóng im lìm cũng không thấy khói tỏa ra từ bếp như mọi chiều. Tôi đoán là nhà hết gạo, nên mẹ tôi về ngoại mượn gạo để nấu cơm, tôi liền chạy ra bờ sông đứng trông mẹ. Lúc ấy, trời chợt nổi gió mạnh, từng cơn mưa trút xuống xối xả, tôi vẫn đứng co ro trong mưa để đợi mẹ, nhưng chẳng thấy mẹ tôi đâu hết. Chỉ thấy trước mắt là dòng sông đang chìm trong cơn mưa mịt mù.

Khi lớn lên đi giữa cuộc đời khô cằn và nóng bức, thỉnh thoảng tôi vẫn nhớ về mùa đông giá rét ấy cùng với người mẹ già suốt đời sống trong cô đơn hiu quạnh.

Nhiều khi tôi cứ nghĩ vớ vẩn rằng, giả sử tuổi thơ tôi cũng như tuổi thơ của bao đứa trẻ khác, nghĩa là cũng có cha, có mẹ, có mái ấm gia đình, thì có lẽ tôi đã không có được những mùa đông buốt lạnh như vậy để mà ngồi nhớ.

Dường như, chỉ trong đau khổ và bất hạnh thì trái tim của con người mới dễ rung động hơn với đất rộng trời cao?

II

Dưới chân núi Bà, nơi phát tích của khởi nghĩa Tây Sơn, trong bóng mát của ngôi chùa vắng, chú tiểu nhỏ lớn lên từ đó.

Truyền thuyết về những vị anh hùng hằng trăm năm trước, hình bóng của những người thân đã khuất qua câu chuyện của những người còn sống, cuộc đời người nông dân nghèo và xác tín trong niềm tin những câu kinh lời kệ, không gian bốn mùa của núi non u tịch... Tất cả hòa quyện lại, âm thầm, bền bỉ nhưng mãnh liệt nuôi dưỡng các chú tiểu thành những nhà sư. Đến lượt mình, các nhà sư đã lan tỏa vào nhân gian một thứ hào quang, tỏa sáng vào những kiếp đời cần lao với ruộng đồng làng xóm.

Trong dòng chảy bất diệt của văn hóa Việt có phù sa của tinh thần Phật giáo. Những hạt phù sa ấy khởi nguyên từ những con người hữu danh và vô danh dưới những thôn xóm rợp bóng tre bóng trúc. **(Trang web Nguyễn Hoa Lư)**

Ngôi chùa của sư chú tôi nằm dưới chân núi Bà, một trong những rặng núi dài nhất của Bình Định. Dọc theo núi Bà, có đến gần mười ngôi chùa, hầu hết đều nằm lưng chừng núi, chỉ có chùa sư chú tôi là nằm ngay dưới chân núi. Sau chùa là rặng núi cao, chung quanh cũng đều có núi và những hòn đá bao bọc. Chính vì nằm nơi vị trí hiểm trở như vậy, nên khi Tây Sơn khởi nghĩa, Nguyễn Nhạc đã lấy nơi này làm kho chứa lương thực và cũng để trấn giữ mặt biển. Nguyễn Nhạc đặt tên là Tân Phủ Càn Dương, cạnh phủ về phía

Tây, có một hòn đá rất lớn, mà dân địa phương gọi là đá Đài.

Sở dĩ có tên gọi như vậy là vì theo truyền thuyết thì nghĩa quân Tây Sơn đã dùng hòn đá này để quan sát quân chúa Nguyễn. Cũng còn một truyền thuyết nữa nói rằng, sau khi Nguyễn Huệ chết, quân Tây Sơn bắt đầu suy yếu, một lần quân Nguyễn từ trong Nam ra tấn công chớp nhoáng cửa biển Cách Thử, cách Tân Phủ Càn Dương chỉ có năm cây số. Nguyễn Nhạc không còn cách nào hơn là sai sứ giả ra Thuận Hóa để cầu viện.

Vì quá nóng lòng, nên chiều nào Nguyễn Nhạc cũng trèo lên hòn đá Đài để trông ra Thuận Hóa.

Tôi rất mê truyền thuyết này nhất là khi biết đọc lịch sử và bắt đầu biết suy tư đôi chút về "vận nước long đong", nên cứ mỗi lần về thăm quê, tôi lại ra đứng trên nền gạch đổ nát của Tân Phủ Càn Dương, nhìn lên ngọn đá Đài, và tưởng tượng cái bóng cô đơn của Nguyễn Nhạc cách đây hai trăm năm vẫn còn ngả dài trong bóng chiều đang đổ xuống giữa núi rừng hiu quạnh.

Khi tôi vào chùa thì chùa chỉ còn lại có sư chú và tôi. Những người vào chùa trước tôi đều được sư chú gởi đi học ở các Phật học đường, một số trong tỉnh và một số vào Nam. Vì vậy chùa gần như vắng vẻ cả ngày, chỉ có buổi tối là hơi vui, vì có một số thanh niên trong làng vào tụng kinh và ngủ luôn tại chùa.

Tôi vì còn nhỏ, nên cũng chẳng làm gì vất vả, ngoài hai buổi đi học ở trường làng, chỉ có bổn phận duy nhất là buổi chiều rót dầu, lau bóng đèn, thắp hương, hồi chuông trống và công phu chiều. Còn nấu cơm thì sư chú tôi đã nhờ bổn đạo ngoài làng, khi nào rảnh rỗi việc đồng áng thì có mẹ tôi vào nấu.

Mộ cha tôi nằm trên miếng đất cao trước chùa. Có những buổi

chiều vắng vẻ, sư chú đi vắng, còn lại một mình tôi trong chùa, tôi thường ra đứng nơi miếng đất cao gần mộ cha mà trông có người vào chùa để ngủ cho đỡ buồn. Trong số những người vào chùa ban đêm đó, có một người đã lớn tuổi, mù cả hai mắt, trong làng ai cũng gọi là chú Năm, vì chú là thứ năm. Chú Năm nổi tiếng là người hung dữ, ai đụng đến là chú chửi càn, kể cả mẹ của chú nữa, bởi vậy nên mọi người gần như xa lánh chú hết.

Nhưng không hiểu vì sao, một hôm chú vào chùa xin ban đêm được vào chùa để tụng kinh niệm Phật. Chú Năm nhờ tôi chép kinh cho chú trong tập vở học trò. Cách học của chú là cứ nhờ tôi đọc lên một câu, rồi chú cứ lẩm nhẩm câu đó trong miệng cho đến khi thuộc thì nhờ đọc câu khác. Cứ như vậy, chỉ đâu chừng hai năm, chú không những đã thuộc cả hai thời công phu, mà còn cả Phổ Môn và Hồng Danh nữa.

Vì nhà nghèo, chú Năm phải làm lụng vất vả suốt ngày, có khi thì đi mót lúa, có khi phải vào núi để kiếm củi mang về. Vậy mà trong số những người vào chùa chú Năm là người siêng nhất, chú tự nguyện đóng chuông buổi tối và khuya. Có những buổi khuya ngủ quên hết, một mình chú thức dậy mò mẫm lên thắp hương, đóng chuông xong thì tụng kinh cho đến gần sáng.

Nhưng tiếng tụng kinh của chú Năm tôi nghe sao giống cuộc đời của chú quá! Nhiều khi trong những đêm khuya nghe giọng chú cất lên, tôi có cảm giác như chú đã gởi trọn tấm lòng mình vào tiếng kinh lời kệ như tiếng than dài não ruột mà chú đang âm thầm mò mẫm bước đi vậy.

Những năm tháng ở trong chùa, sư chú tôi vẫn thường kể lại cuộc đời của cha tôi cho tôi nghe. Dù là kể cho tôi, nhưng trong khi kể tôi vẫn nhận ra một chút thương tiếc ngậm ngùi của sư chú về người anh mệnh yểu của mình. Đại khái cha tôi cũng chỉ là một người nông dân bình thường, nhưng theo sư chú thì cha tôi rất khỏe mạnh và giỏi võ, nên mỗi khi lên núi đốn củi cha tôi đều xuống núi trước những người khác mặc dù cùng lên núi một lần.

Vì được nghe kể hoài như vậy, nên những chiều một mình trong chùa, tôi mới hay ra đứng gần mộ cha để nhìn lên dãy núi cao sau chùa, rồi cứ thắc mắc không biết khi đi đốn củi cha tôi có leo lên ngồi nghỉ mệt nơi hòn đá bên đường mòn kia không? Hay khi đứng nhìn một cây cổ thụ, tôi cũng cứ thắc mắc là khi còn sống cha tôi có đứng nhìn cây như tôi đang nhìn đây không?

Tôi không ngờ, chính nhờ người cha mà tôi chưa hề một lần gặp mặt này, đã đưa tâm hồn tôi đến gần với núi non. Và dường như cũng đã cảm nhận, dù rất mơ hồ một cái đẹp hùng vĩ của núi non? Tôi thuộc gần như nằm lòng từng hòn đá, từng gốc cây, từng con suối trên lối mòn đi lên núi. Tôi lại còn nhớ rõ tiếng hót của các loài chim nữa, như mùa xuân thì có tu hú gọi bầy, tháng tư tháng năm thì cu cườm từ đâu bay đến, tiếng gáy của chúng nghe xa vắng làm sao trong những buổi trưa hè tĩnh mịch. Đầu tháng 7 thì từng đàn két buổi sáng bay vào núi ăn trái sim, buổi chiều lại bay về trong nắng thu dìu dịu. Rồi tháng 9 tháng 10 đến, tiếng con mang từ trong núi vọng ra. Tôi nghe dân làng nói rằng hễ năm nào có mang về kêu thì năm đó làng có người chết hoặc tai nạn xảy đến. Vậy nên ai trong làng ai cũng cầu mong mùa đông sang năm mang đừng về nữa.

Nhờ những năm tháng tuổi thơ sống với núi non như vậy nên tôi có thể lãnh hội được dễ dàng những lời sau đây của một người vừa từ đỉnh núi cao nhất trở về:"... Muốn thấy được sự cao cả của ngọn núi, người ta phải quan sát nó từ xa. Muốn hiểu nó, người ta phải đi chung quanh để rung động với nó. Muốn cảm thông nó, người ta phải sống với nó từ buổi rạng đông đến lúc chiều tà, trong cơn mưa phùn cũng như trời nắng gắt, mùa đông cũng như mùa hè... Khi đó họ sẽ hiểu được rằng những ngọn núi cũng có một đời sống không khác gì đời sống của chúng ta bao nhiêu...”

Tôi vẫn còn nhớ cũng hồi còn ở chùa nơi rặng núi ấy, cứ mỗi lần đến ngày kỵ Tổ thì tôi thường nghe sư chú tôi căn dặn bổn đạo của chùa hãy chuẩn bị đón tiếp “chư sơn”, còn nếu có cuộc họp để bàn Phật sự trong vùng thì gọi là họp “sơn môn”. Cách gọi như vậy ngày nay dường như đã không còn nghe nữa. Nếu có thì cũng chỉ các chùa ở miệt miền quê hẻo lánh mà thôi. Thực ra, ai mà chẳng biết, ít ra là trên mặt chữ nghĩa rằng tên gọi hoặc danh xưng vốn chẳng có nghĩa gì cả: “What's in a name? That which we call a rose by any other name would smell as sweet”.

Sá gì trong một danh xưng
Thế mà thiên hạ kẻ mừng người đau
Hoa hồng dù gọi thế nào
Thì hương vị vẫn ngọt ngào xưa nay.
(W. Shakespear - Đặng Ngọc Chức dịch)

Vậy mà bây giờ nơi các chùa ở những thành phố ồn ào náo nhiệt kia, con người cũng ồn ào náo nhiệt theo danh xưng này, chức vụ nọ mà quên đi ngọn núi cao trong hồn mình, vốn biểu tượng cho sự đi lên của người xuất gia học đạo.

“... Trong đời sống hàng ngày, tại những đô thị ám khói, dưới vùng đồng bằng chật chội con người hầu như quên đi sự liên hệ giữa họ và vũ trụ, do đó họ cần một biểu tượng gì để nhắc nhở, để thúc đẩy họ, để hướng tầm mắt lên cao hơn. Núi đã đóng vai trò này nhưng tiếc rằng vì quá bận rộn với những tham vọng tầm thường, nhỏ mọn của đời sống vật chất, không mấy ai còn cảm nhận được sự giục giã âm thầm, thỉnh thoảng mới có người bất chợt cảm thấy một cái gì thôi thúc họ phải gạt bỏ những hệ lụy của đời sống để tìm đến một cái gì cao đẹp hơn. Họ bắt đầu đặt câu hỏi về ý nghĩa của cuộc sống, và sự liên hệ của họ với thiên nhiên với vũ trụ..." (Con đường mây trắng – Lama Govinda)

*

Nếu tôi không lầm, thì hầu hết những người mồ côi cha hoặc mẹ, thường rất thích đọc hoặc nghe kể về những cảnh ngộ giống như mình để được an ủi, được vuốt ve cho đỡ bớt tủi thân. Tôi mồ côi cha từ thuở chưa sanh, nhà lại nghèo, nghĩa là chưa một lần biết gì về "tuổi thơ êm đềm" như bao đứa trẻ khác. Thế nhưng tôi chưa hề biết tủi thân là gì, vì tôi vẫn luôn tự nhắc nhở với chính mình rằng:

Chẳng phải nhờ mẹ mà tôi thấy được cái đẹp của dòng sông, để từ đó tôi biết yêu thương cuộc đời này hơn! Còn cha? Chính nhờ những chiều đứng bên mộ cha mà tôi mới thấy được núi cao, để từ đó mới biết ngẩng mặt lên mà nhìn bầu trời cao rộng thay vì phải lầm lũi bước đi dưới mặt đất thấp đen này.

Nha Trang, mùa Vu Lan 2545

NGÔI CHÙA TRONG TÂM TƯỞNG

I

Dạo đó là vào những năm 1956 hay 1957 gì đó, nghĩa là sau khi đất nước bị chia cắt khoảng hai hoặc ba năm. Làng quê tôi và có lẽ nhiều làng quê khác cũng vậy. Sau gần hơn nửa thế kỷ sống trong chiến tranh và ly loạn, nên mặc dù còn nghèo khổ mà chừng như người dân ai cũng tha thiết với cuộc sống họ vừa tìm lại được.

Khi lớn lên ra sống tại các thành phố, tôi vẫn thường đem hai cuộc sống ra để so sánh, và những lúc ngồi một mình tôi vẫn thường nghĩ vẩn vơ rằng, người dân ở thành phố yêu cuộc sống là một điều chẳng có gì đáng ngạc nhiên cả, vì họ có của cải, tài sản và nhiều thứ khác nữa để mà yêu. Hay nói đúng hơn là họ chỉ yêu cuộc sống qua của cải và tài khoản cất ở ngân hàng, chứ không phải yêu chính cuộc sống.

Nhưng trái lại khi những người dân quê yêu cuộc sống thì tình yêu đó mới đúng là tình yêu vô điều kiện, vì họ chẳng có gì cả, ngoài tấm lòng tha thiết mà họ muốn hiến dâng cho cuộc sống.

Nhưng điều đáng buồn là, có lẽ hầu hết mỗi người trong chúng ta, ai cũng đều yêu cuộc sống qua của cải, tài sản hay cao hơn một chút nữa là địa vị và danh lợi. Chính vì thế mà mới có đấu tranh, sát phạt lẫn nhau để dành phần thắng về cho mình. Và rồi tôi cũng tự kết luận để nhắc nhở cho chính tôi rằng, nếu ta chỉ yêu cuộc sống mà không qua bất cứ trung gian nào thì có lẽ cuộc đời của ta và cả thế giới này nữa sẽ bớt đi rắc rối và phức tạp như hiện nay chăng?

Hồi ấy tôi mới lên tám hoặc chín tuổi, vẫn thường vào chơi trong một ngôi chùa. Chùa nằm ngay dưới chân núi sau làng. Ngôi chùa này vốn do em của ông cố tôi lập nên, và hiện do người chú ruột của tôi làm trụ trì. Sư chú tôi vẫn thường kể lại một cách say sưa cho tôi nghe về những ngày đầu của ngôi chùa như thế này: Em của ông cố tôi (mà có lẽ Sư chú tôi phải gọi là ông nội Thúc, còn tôi thì phải gọi đến ông cố Thúc), đi tu hồi chưa đầy lên mười. Về mặt trí tuệ thì chẳng có gì xuất sắc, nhưng về phương diện tu trì thì tất cả các bạn đồng tu đều phải kính nể. Sau khi đắc pháp với một cao tăng được xem là thông tuệ nhất trong tỉnh thời bấy giờ, thì sau đó ông cố Thúc của tôi được Bổn Sư và Sơn Môn cung thỉnh về giữ chức trụ trì tại một ngôi chùa nổi tiếng là đẹp nhất của tỉnh. Chùa rất giàu, có đến mấy trăm mẫu ruộng do các quan lại địa phương và những phật tử giàu có hiến cúng. Sở dĩ các quan lại địa phương tích cực hỗ trợ cho chùa như vậy vì ngoài là một ngôi chùa đẹp ra, còn có một lý do khác nữa, đó là có một thời một vị quan hàng đầu của triều đình Huế vốn quê quán ở đây về nhập thất tu Thiền tại chùa này hơn hai năm. Vị quan này không chỉ nổi tiếng về đức thanh liêm, mà còn là một nhà soạn tuồng, một nhà thơ tài hoa nữa. Có hai câu thơ đầy hạo khí của vị quan đi ở ẩn này mà tôi đã nghe và thuộc lòng từ thời còn để chỏm:

Lao xao sóng bủa ngọn tùng
Gian nan là nợ anh hùng phải mang.
(Đào Tấn)

Nhưng ông cố Thúc của tôi đã từ chối làm trụ trì ngôi chùa nổi tiếng giàu có và nhiều thế lực này, âm thầm về lại làng xưa, một mình lặng lẽ vào sâu trong chân núi dựng một thảo am để tu trì.

Vùng núi này rất nhiều cọp, có hôm trời mới nhá nhem tối mà cọp đã ra tận ngoài làng để bắt trâu bò, ít nhất đã có một người trong làng bị cọp bắt mang đi rồi mất xác luôn. Mối lo sợ như bao trùm cả xóm làng, nên cứ mỗi khi chiều đến là các cửa đều đóng kín mít, làng xóm không một bóng người qua lại. Nhưng từ khi ông Sư Thúc của tôi về dựng thảo am dưới chân núi, thì cọp gần như không xuống làng để rình mồi nữa, dù thỉnh thoảng dân làng vẫn còn nghe tiếng cọp gầm gừ từ núi cao vọng về.

Từ đó, cứ đêm đến là dân làng lại hướng về rặng núi, mà trước kia đối với họ như một hung thần chỉ chờ giáng tai họa xuống trên đầu họ. Nhưng từ ngày có bậc chân tu về tu hành thì rặng núi đối với họ lại trở thành một đám mây lành che mát cho cả dân làng.

Tất nhiên, người nhà quê với đầu óc chất phác, ít phân biệt thế nào là đúng thế nào là sai, nên có thể họ đã phóng đại những điều mà họ đã nghe kể, và cứ khăng khăng cho đó là chuyện có thật.

Nhưng có một điều mà tôi tin chắc là có thật. Đó là ngọn núi sau chùa rất nhiều cọp. Khi tôi vào chùa, nghĩa là cách ông Sư Thúc của tôi đến hơn cả tram năm rồi vậy mà vẫn còn rất nhiều cọp.

Tôi vẫn còn nhớ có một đêm vào mùa đông, trời đất tối tăm mù mịt, khoảng nửa đêm bỗng đâu có hai con cọp, chắc là đi tìm mồi trên đường trở về núi, cọp dừng lại sau chùa rồi rống lên, tiếng rống của cọp làm kinh động cả núi rừng. Lúc đó tôi đang ngủ nơi nhà Tây của chùa, vách chùa lại mỏng quá vì chỉ trét bằng rơm và đất. Tôi sợ quá, nhưng không biết trốn ở đâu nên đành lấy chiếu trùm kín cả đầu để cho bớt sợ.

Tuổi thơ của tôi vốn đã hoang lạnh, nên khi nghe tiếng rống của cọp vang lên trong đêm, tôi lại càng thấy tuổi thơ của mình bơ vơ lạc lõng hơn nữa trên cuộc đời này.

Sở dĩ Sư chú tôi thường đem chuyện Tổ khai sơn của chùa ra để kể cho tôi nghe là để ông khuyến khích việc đi tu của tôi. Vì sau mỗi lần kể ông đều than thở rằng: "Ông Bà mình thì tu hành như vậy, mà con cháu bây giờ chẳng biết gì đến chuyện phước đức hết, chỉ đợi đến ngày giỗ là giết gà giết vịt đặt lên bàn cúng cho có chuyện, rồi dọn xuống ăn uống, nói chuyện nhảm nhí, lại cứ nghĩ rằng là báo đáp ân đức cho Ông Bà".

Mặc dù còn quá nhỏ, cái tuổi chưa thể rời mẹ để vào ở hẳn trong chùa được, nhưng sở dĩ Sư chú vẫn muốn tôi vào chùa vì ông sợ tôi nhập bọn với lũ trẻ ngoài làng lang thang lêu lõng mà bỏ bê việc học hành. Tôi biết đó là tình thương đặc biệt mà Sư chú tôi đã dành riêng cho tôi, vì tôi vẫn thường nghe ông nói với Bổn Đạo của chùa "Tội nghiệp thằng nhỏ chưa sanh ra đời mà đã mồ côi cha".

Nhưng Sư chú tôi đâu biết được rằng, cái không khí tĩnh mịch của ngôi chùa cùng núi rừng đã bắt đầu ảnh hưởng đến tuổi thơ tôi. Tôi có thể ngồi chơi một mình mà không cần nhập bọn quậy phá ồn ào với bọn trẻ nữa. Thay vì buổi trưa rủ nhau đi tắm sông hoặc bắt chuồn chuồn, châu chấu, cào cào đem về cho chim con ăn, thì tôi có thể ra ngồi dưới gốc cây xoài trước chùa để ngắm bầu trời cao rồi tha hồ nghe tiếng hót của các loài chim, nào chim chìa vôi, chích choè, chớp quạch, khứu, vv... Thỉnh thoảng lại nghe tiếng tu hú gọi bầy từ núi cao vọng xuống nữa, nhưng thích nhất vẫn là tiếng gáy của cu cườm. Chúng thường bay về đây từng đàn, đặc biệt là mùa gặt từ tháng 2 đến tháng 3. Con cu cườm ít đứng trên cây mà lại thường đứng trên các tảng đá sau chùa rồi cùng nhau gáy vang cả núi rừng trong những buổi trưa hè tĩnh mịch. Nhưng tôi lại ít thích nghe cu cườm gáy từng bầy, mà lại thích nghe từng con gáy. Nếu cu đứng càng xa thì tiếng gáy của nó cang mê hoặc đối với người nghe hơn nữa.

Một buổi trưa, có lẽ là mùa hè, Sư chú tôi từ trên nhà Tây đi xuống gặp tôi ông liền nói: "Hồi trưa có con cu cườm ở đâu bay đến đậu nơi cây mít gần cửa sổ mà gáy. Tiếng gáy của nó nghe thanh tịnh quá!".

Câu nói vô tình của Sư chú tôi, một tu sĩ suốt đời chỉ quanh quẩn ở thôn quê, chưa hề đọc bất cứ một quyển sách nào nói về cái đẹp của thiên nhiên, nghĩa là chưa hề biết cái đẹp theo nghĩa trong sách vở là gì hết, vậy mà câu nói mộc mạc ấy đã đeo đuổi tôi đến tận bây giờ, nhất là bốn chữ cuối "nghe thanh tịnh quá". Mahatma Gandhi có nói đâu đó rằng: "Cái gì mà tuổi thơ ta đã sống thì cái đó sẽ điều động ta suốt cuộc đời".

Đúng là như vậy rồi. Trước đây cũng như bây giờ mỗi lần đi giữa phố bất chợt nghe được tiếng gáy của cu cườm từ một ngôi nhà nào đó vọng ra là tự nhiên tôi phải đi chậm lại để nghe cho kỳ được. Dù tiếng gáy của cu cườm bị tiếng động của xe cộ cùng sự ồn ào huyên náo của con người thành phố lấn át nhưng tôi vẫn có thể lắng nghe được tiếng vọng xa xôi từ một vùng quê tĩnh mịch của tuổi thơ dạo nào. Nơi đó, có ngôi chùa cổ vẫn đứng trầm mặc giữa bầu trời cao của mùa hạ.

Có một nhà thơ Việt Nam hiện đại, buổi trưa nằm nghe cu cườm gáy cũng nhớ đến một cái gì xa xôi heo hút và mơ hồ như vậy:

Một buổi trưa không biết tự thời nào
Như buổi trưa nhè nhẹ trong ca dao
Có cu gáy, có bướm vàng nữa chứ!
(Huy Cận)

Nhưng có lẽ cái xa xôi heo hút mà thi nhân nghe được đó cũng chỉ là cái xa xôi heo hút của tuổi thơ mà thi nhân (cũng như tất cả chúng ta) đã đánh mất mà thôi chứ không phải cái xa xôi heo hút mà tôi đã thoáng thấy dù rất mong manh trong những năm tháng của tuổi thơ sống trong ngôi chùa cổ ấy.

Nhưng có một điều lạ lùng là, khi tôi đọc được tác phẩm của một triết gia Tây Phương người Đức ở cuối thế kỷ 19, thì tôi lại thấy được cái buổi trưa như tôi đã thoáng thấy nơi ngôi chùa cổ từ dạo tuổi thơ xa xôi. Chỉ có khác là nơi tác phẩm của triết gia ấy không có ngôi chùa cổ cùng tiếng gáy của cu cườm mà thôi.

Đó là Nietzsche, triết gia mà trước 1975, những người trẻ tuổi sống ở các thành phố miền Nam qua các bài viết của Phạm Công Thiện, Ngô Trọng Anh, Trần Xuân Kiêm, Lê Tôn Nghiêm... trên tạp chí *Tư Tưởng* của Đại học Vạn Hạnh, một tạp chí được xem như hấp dẫn nhất của trí thức trẻ thời bấy giờ, đều xem Nietzsche như một thứ Bồ Đề Đạt Ma, hay một thiền sư ngang ngược của Phật giáo đã xuất hiện để làm một cuộc đảo hoán mọi giá trị của truyền thống tư tưởng Tây Phương.

Theo Trần Xuân Kiêm, trong bản dịch *Zarathustra Đã Nói Như Thế* thì khi bắt đầu phác họa dự tính viết một bản trường thi dài gồm bốn phần, liên quan đến nhà tiên tri Zarathustra thì Nietzsche lấy tên là Ngọ Thiên và Vĩnh Cửu (Mittag und Ewigkeit). Nhưng rồi cuối cùng Nietzsche đã quyết định đặt tên cho bản trường thi ấy là *Zarathustra Đã Nói Như Thế*, nghĩa là đồng vọng lại lời mở đầu trong các bộ kinh của Phật Giáo: Như thị ngã văn (Tôi đã nghe như thế).

Khởi đầu chương viết về buổi Ngọ Thiên (Mittag), Nietzsche để Zara thustra cất bước chạy dưới buổi trưa, trong khi Zarathustra chạy mà "Không gặp bất cứ một ai, hắn cô thân độc ảnh và tự tìm gặp lại chính mình, hưởng thụ sự cô đơn, nếm nhấp sự cô đơn đó và nghĩ đến những điều tốt đẹp suốt mấy giờ liền". Zarathustra trong lúc đang chạy thì gặp một cây cổ thụ có treo lủng lẳng những chùm nho chín mọng như muốn hiến dâng cho lữ khách qua đường. Zara thustra có ý định làm dịu cơn khát bằng cách hái những chùm nho đó nhưng khi vừa đưa tay lên hái thì "lòng hắn lại nổi lên một khát vọng khác, mãnh liệt hơn: ước vọng được nằm dài ngủ dưới gốc cây trong buổi Chánh Ngọ của đất trời". Và rồi: "Zara thustra đã nằm dài trên mặt đất, trong nỗi im lặng tịch mịch cùng niềm bí ẩn của cỏ dại muôn màu".

Và rồi Nietzsche đã để cho Zarathustra thì thầm những lời bí ẩn giữa buổi Ngọ Thiên: "Ồ hạnh phúc! Hỡi linh hồn ta, có gì mà mi không ca hát chứ? Mi đang yên nghỉ giữa lòng cỏ dại. Nhưng bây giờ là giờ phút bí mật và trang trọng..." và: "Hãy coi chừng! Buổi

Ngọ Thiên thiêu đốt, đang ngủ yên trên những đồng cỏ. Đừng ca hát, "Hãy im lặng! Thế giới đã thành tựu...".

Và câu trên được Nietzsche lặp đi lặp lại trong suốt chương viết về buổi Đại Ngọ Thiên:

"... Im lặng! Im lặng! Thế giới há chẳng phải vừa thành tựu đó sao? Việc gì đang xảy đến cho ta đây".

Và đó có lẽ cũng là câu mà tôi đã cảm nhận được dù rất mơ hồ từ những buổi trưa tĩnh mịch và thanh tịnh nơi ngôi chùa cổ của thời thơ ấu đã xa.

Dường như nơi mỗi người trong chúng ta, vào những giờ phút vắng lặng nhất, ít nhất một lần nào đó trong đời cũng đều bắt gặp giây phút đó. Nên gọi giây phút đó là giây phút gì? Không thể nào diễn tả được. Ta chỉ biết đó là giây phút mà trái tim ta đã đập rộn ràng cùng với nhịp đập của thiên thu vĩnh cửu.

Đối với Phật Giáo, chẳng phải từ 2546 năm nay giờ Ngọ đã là giờ thiêng liêng nhất sao? Vì vào giờ ấy, sau khi đi khất thực về, Đức Phật đã lặng lẽ thọ trai, thuyết pháp rồi đi vào thiền định.

Nếu như những buổi trưa tĩnh mịch ngôi chùa đã dạy cho trái tim tôi biết rung động với đất trời mênh mông, thì khi đêm tối đến, ngôi chùa như cũng đã thì thầm với tôi rằng, hãy kiên trì, hãy nhẫn nại như mặt đất, như lời kinh tiếng kệ được vang lên vào mỗi đêm, rồi một lúc nào đó thì đêm tối của cuộc đời này cũng sẽ tan mất mà thôi.

Bởi vậy, khi đêm đến tôi còn có một đam mê khác nữa, niềm đam mê mà tôi vẫn tự hào rằng, những đứa trẻ cùng tuổi với tôi ngoài làng sẽ không bao giờ biết được, hay nói đúng hơn thì chúng chẳng thấy có cái gì gọi là vui trong đó hết. Đó là tôi rất thích được nghe tụng kinh *Lăng Nghiêm* vào bốn giờ sáng.

Cứ mỗi lần tụng xong bước ra khỏi Chánh Điện là Sư chú tôi đều thấy tôi ngồi ngoài hành lang để nghe tụng kinh, gần như không có khuya nào vắng cả. Chính vì khuya nào cũng nghe tụng, nên khi chính thức xuống tóc đi tu và bắt đầu học kinh Lăng Nghiêm thì đâu chỉ chừng hai tuần là tôi thuộc cả năm đệ Lăng Nghiêm cùng Đại Bi Thập Chú. Sư chú tôi rất mừng, nên mỗi khi có ai đến thăm chùa nhất là quý thầy trong Sơn Môn, thì ông đều đem tôi ra để khoe rằng tôi học rất sáng. Riêng tôi thì chẳng thấy hãnh diện gì cho lắm, vì đã nghe tụng đến hơn cả hai năm trời thì học thuộc trong hai tuần là chuyện tất nhiên rồi.

Thỉnh thoảng ngoài làng có người bệnh, thì họ lại đem tên vào để nhờ Sư chú tôi tụng kinh cầu an. Những lúc ấy tôi lại còn được nghe ông trì chú Chuẩn Đề nữa.

Tuổi thơ vốn rất sợ ma, mà đã sợ ma thì tất nhiên phải sợ bóng tối, nên tôi cứ trông sao có người vào xin cầu an, để được nghe Sư chú tôi trì tụng chú Chuẩn Đề, nhất là câu Lục tự đại minh chơn ngôn án ma ni bát di hồng được liên tục đọc lên giữa đêm khuya khiến tôi cảm thấy bớt sợ và thấy như có thêm sức mạnh khi bị bắt buộc phải đối diện với bóng tối quanh chùa.

Vì Sư chú tôi còn là một vị Gia Trì nổi tiếng, nên các thầy thỉnh thoảng đến xin học chẩn tế. Buổi học thường diễn ra sau khi tụng kinh xong, nghĩa là khoảng sau 8 giờ, với thôn quê giờ ấy là đã khuya lắm rồi. Tôi ngồi lắng nghe các thầy học thỉnh 12 câu trong khoa, khi thỉnh đến những câu như:

Trường dạ man man hà nhật hiểu

U quang ẩn ẩn bất tri xuân.

(Ôi thôi! Đêm trường thăm thẳm bóng ma
Cửa mù thiu thỉu như trời thu đông).

Hoặc câu:

Kinh song lãnh thẩm tam canh nguyệt
Thiền thất hư minh bán dạ đăng

Ôi thôi! Kinh song trăng thẳm lạnh lùng
Nhà Thiền leo lét đèn chong canh dài

Thì tôi thấy cảnh trong lời thỉnh sao giống y như cảnh mà tôi đang sống ở đây quá, cũng những ngọn đèn dầu leo lét giữa đêm khuya mù mịt, ngoài trời thì từng đàn đom đóm bay lập lòe trên các ngôi mộ giống như những oan hồn đang trở về vì còn nhớ thương dương thế.

Trong Khoa có bài tán Khô Lâu có những câu để cảnh tỉnh những oan hồn vất vưởng như thế này:

"... Xiết than người thế ra chi, kiếp phù sinh gởi tháng ngày bao lăm. Ác vàng thỏ bạc xâm xâm, bóng quang âm thoắt trăm năm mấy hồi. Dẫn dà chi nữa người ơi, sớm lìa bể khổ cho rồi kiếp ma..."

Có lẽ đó là quyển sách đầu tiên mà tôi đã học được về những thống khổ của kiếp người, và vị thầy đầu tiên giảng cho tôi hiểu quyển sách thống khổ ấy không phải là một vị giáo sư cầm phấn đứng trước bảng đen mà chính là đàn đom đóm bay lập lòe trên những ngôi mộ trước sân chùa mà tuổi thơ tôi đã từng nơm nớp lo sợ mỗi khi bóng đêm bắt đầu đổ xuống ở núi rừng thuở ấy.

Chính vì nhờ học được những gì từ trời cao đất rộng như vậy, nên tôi vẫn nghĩ rằng, nếu chỉ học Đạo giữa bốn vách tường an toàn thôi thì khi thỏng tay đi vào chợ đời sẽ dễ bị lợi danh của chợ đời quyến rũ. Đó là bài học đau lòng mà ta có thể thấy được không phải từ đâu xa mà ở nơi đây, ngay tại đất nước này. Vậy ta phải học Phật như thế nào? Hay nói đúng hơn hạt giống bồ đề nên gieo ở đâu? Một nhà Phật học của Phật Giáo Việt Nam hiện tại đã viết: "Hạt giống Bồ Đề không được gieo vào một cánh đồng trừu tượng nào xa xôi, cũng không chỉ đợi để được gieo vào một vùng đất hứa nào khác, mà nó được gieo xuống ngay trên sa mạc sanh tử này, khô cằn với những đau khổ triền miên của chúng sanh này...".

Và bởi vậy: Bồ Đề Tâm, đó là chí nguyện nóng bỏng của một chúng sanh tự thấy mình đang sống trong cảnh tối tăm, giữa đọa đày khổ nhục, mong tìm một con đường sáng không những để giải thoát bản thân khỏi những đe dọa áp bức mà còn là để giải thoát cho tất cả những người cùng cảnh ngộ. Bồ Đề Tâm, đó là ý chí kiên cường bất khuất của một người bị cột trói trên ngọn lửa rực cháy, bị chà đạp dưới những sức mạnh tàn khốc của tham vọng điên cuồng của chính ta và của một tập thể ma quái chung quanh ta. "Vui cười gì, thích thú gì, giữa những ngọn lửa không ngừng thiêu đốt? Bị bao phủ trong bóng tối, sao không đi tìm ngọn đuốc".

Làm sao có thể viết được những lời trên nếu người viết chưa một lần thể hiện "ý chí kiên cường bất khuất của một người bị cột trói trên ngọn lửa rực cháy?

II

Chúng ta, những con người ngụ cư trên mặt đất phù du này thật là tội nghiệp. Sống thì lúc nào cũng mong đợi một tin vui, một chút hạnh phúc dù rất mong manh. Nhưng khi niềm vui hay hạnh phúc đó đến rồi thì chúng ta lại lo sợ cái hạnh phúc đó sẽ mất:

Xuân đang đến, nghĩa là Xuân đang qua
Xuân còn non, nghĩa là Xuân sẽ già
Mà Xuân hết thì đời tôi cũng hết.
(Xuân Diệu)

Dù có những người cố vui, cố níu kéo một chút hạnh phúc mong manh ấy, xem như không có gì xảy ra cả. Nhưng trong cách nói của họ dường như vẫn không giấu được nỗi sợ hãi:

Ôi người ta đi hóng Xuân
Cho tôi theo với, kéo tôi gần!
Rộn ràng bước nhịp hương vương gót
Nhựa mạnh tuôn trào tưởng dính chân.
(Huy Cận)

Tất nhiên thi nhân là kẻ hiểu hơn ai hết vì sao họ lại phải níu kéo cái đẹp một cách tuyệt vọng đến như vậy:

Về đâu, về đâu thời gian đã
In dấu mong manh trên cánh đào
(Huy Cận)

Vì luôn luôn bị ám ảnh bởi sự tàn phá của thời gian, bởi cái chết đè nặng trên tâm hồn nên họ thấy cuộc đời chỉ là hư vô, là ngõ cụt, ngay cả cái đẹp cũng vô nghĩa như vậy:

Xuân lan Thu cúc thành hư sự
Hạ thử Đông hàn đoạt thiếu niên.

(Lan mùa Xuân, cúc mùa Thu đã trở thành chuyện hão
Vì mùa Hạ nóng mùa Đông lạnh đã cướp tuổi xanh mất rồi).
 (Nguyễn Du)

Đây có lẽ là vấn để trọng đại nhất mà Thiền, qua các Thiền sư đã nỗ lực hết mình để giải quyết cho kỳ được.

Ta thử xem các Thiền sư thi sĩ đã giải quyết các vấn để sống chết này bằng cách nào?

Một hôm vua Lý Nhân Tông đến viếng một ngôi chùa ở huyện Tiên Du (Bắc Minh) gặp Thiền sư Thiền Lão, nhà vua hỏi:

Hàng ngày Thiền sư làm việc gì?

Thiền Lão đáp:

Thúy trúc hoàng hoa phi ngoại cảnh
Bạch vân minh nguyệt lộ toàn chon

(Trúc biếc hoa vàng đâu cảnh khác
Trăng trong mây bạc hiện toàn chân)
(HT. Mật Thể dịch)

Rồi nhà vua liền hỏi tiếp: Vậy Thiền sư ở chùa này đã bao lâu rồi? Thiền Lão cũng trả lời lại bằng hai câu thơ:

Đản tri kim nhật nguyệt
Thùy thức cựu Xuân Thu

(Sống ngày nay biết ngày nay
Còn Xuân Thu trước ai hay làm gì!)
(HT. Mật Thể dịch)

Bốn câu thơ trên là những câu Kệ được hỏi và đáp theo cách của Thiền. Nghĩa là người bị hỏi phải trả lời ngay tức khắc, không do dự cũng như không kịp suy nghĩ.

Điều đó chứng tỏ tâm hồn của vị Thiền sư đời Lý này của quê hương đã vượt qua mọi rào cản, mọi giới hạn, không còn phân biệt nội giới cũng như ngoại giới nữa. Chẳng hạn như cây trúc xanh biếc, bông cúc đang nở rộ vàng rực trước sân chùa hay mây trắng trăng sáng trên đỉnh núi vào những đêm rằm kia đâu phải là cái gì xa lạ ở bên ngoài ta, mà chính là sự phản chiếu của một tâm hồn đã an vui, một tâm hồn đã đến được trung tâm điểm của Đạo, của vũ trụ hồn nhiên như nhiên. Và như vậy ý niệm về thời gian như quá khứ, hiện tại và vị lai do ý thức của con người phân chia tất nhiên cũng phải chấm dứt theo.

Cố giáo sư Nguyễn Đăng Thục viết "Khi đã có tâm hồn vui đạo, luôn luôn cảm thông với nguồn sống thiên nhiên siêu nhiên tràn ngập trong không gian thời gian thì làm sao còn lo nghĩ đến sống chết, quá khứ và vị lai. Bất cứ lúc nào cũng hiện tại, mà chỉ có hiện tại thôi, vì hễ có sự hiện diện của Đạo thì một khoảnh khắc cũng là cả một vĩnh cửu vô thủy vô chung vậy. Cho nên bảo phải biết sống lúc đang sống là đầy đủ không phải lo nghĩ đến cái đã qua cũng như cái gì sắp tới..."

Vậy là đúng như lời của Thiền sư Khánh Hỷ cũng ở đời Lý:

Đạt thời biến cảnh túc
Bất ngộ vĩnh quai sơ.

(Khi đạt thì đâu cũng là cảnh tượng đầy đủ
Không ngộ thì mãi mãi sai lầm).

Vua Trần Nhân Tông hồi còn trai trẻ cũng đã từng đam mê rồi đau khổ khi thấy những mùa Xuân chóng qua cùng với tuổi trẻ của mình:

Niên thiếu hà tằng liễu sắc không
Nhất Xuân tâm tại bách hoa trung
Như kim khám phá đông hoàng diện

Thiền bản bồ đoàn khán trụy hồng.

(Niên thiếu chưa từng hiểu Sắc, Không
Xuân sang hoa sắc vướng tơ lòng
Diện mục Xuân nay từng khám phá
Thiền tọa an nhiên ngắm rụng hồng).
(Nguyễn Lang dịch)

Câu: Nhất Xuân tâm tại bách hoa trung (Xuân sang hoa sắc vướng tơ lòng), nghe chan chứa tình người làm sao!

Ta có thể hiểu rằng đó là Trần Nhân Tông muốn nói lên niềm đam mê cái đẹp mong manh khi còn trai trẻ của chính mình. Nhưng nếu hiểu đó là tình thương bao la của Thiền sư thi nhân đối với cái đẹp mong manh tội nghiệp mà tất cả chúng ta đang nâng niu một cách tuyệt vọng thì cũng không sai mấy.

Dường như tất cả những tâm hồn vĩ đại đều khởi đầu bằng tình thương rất người này.

Trần Nhân Tông chắc cũng chẳng ra khỏi ngoại lệ đó? Không còn hồ nghi gì nữa, chính tình thương vô hạn đối với sự thống khổ của con người mà Trần Nhân Tông mới đủ sức mạnh tinh thần để đẩy lùi hai cuộc xâm lăng của một đế quốc hùng mạnh nhất thời bấy giờ, và cũng chính vì tình thương này mà Trần Nhân Tông mới đủ can đảm vứt bỏ ngai vàng cùng với tất cả những vinh hoa phú quý bọt bèo lại sau lưng để đi lên tận đỉnh núi Yên Tử mà Tham Thiền Nhập Định. Để rồi cuối cùng đã tìm thấy một mùa Xuân vĩnh cửu cho chính mình, một mùa Xuân không bao giờ sợ phải tàn phai nữa.

Và phải chăng cuộc từ bỏ vĩ đại này cũng đã nuôi dưỡng sức mạnh tâm linh cho toàn thể dân tộc Việt từ đó cho đến bây giờ và sẽ còn tiếp tục cho đến những thế kỷ sau nữa?

Có một Thiền sư Nhật Bản ở thế kỷ 12 tên là Saigyo, Thiền sư thi sĩ này được thi ca Nhật Bản tôn là nhà thơ của hoa Anh Đào (nở vào mùa Xuân). Saigyo chắc cũng đã vượt qua được nỗi sợ hãi về cái chết và sự tàn phá của thời gian?

Trong thi phẩm *Nhà trên núi* (Sankashu), có một bài thơ Thiền sư ước ao được chết cùng với hoa Anh Đào trong một đêm trăng rằm nào đó:

Ước vọng của tôi
Là được chết
Dưới cội hoa Anh Đào
Vào đêm trăng rằm
Trong ánh mùa Xuân.
(Nhật Chiêu dịch)

Ước vọng ấy của Saigyo đã thành sự thật. Thiền sư đã tịch vào ngày rằm tháng Hai âm lịch nhằm vào năm 1190, nghĩa là đúng vào ngày vía Đức Phật nhập Niết Bàn, giữa mùa trăng và mùa hoa Anh Đào đang nở rộ.

"Hãy dâng hoa Anh Đào lên cúng Phật, khi nào còn nghĩ đến tôi".

Đó là câu nói cuối cùng mà Thiền sư Saigyo đã gởi lại cho hậu thế.

Đó có thể gọi là chết không? Hay chỉ là một cuộc lên đường để đến một nơi mà như lời thỉnh trong nghi cúng linh của Phật Giáo:

Viễn quan sơn hữu sắc
Cận thính thủy vô thanh

Xuân khứ hoa hoàn ngự
Nhân lai điểu bất kinh.

(Màu non lờ lạt
Giọng núi thầm thì
Xuân đi rồi hoa vẫn còn đây
Người đến đó chim rày đã dạn).
(HT. Bích Liên dịch)

Như vậy chắc chắn đó không phải là cái chết theo nghĩa thông thường mà mỗi chúng ta đều nơm nớp lo sợ, mà chính là một sự trở về cõi tịch mịch vô ngôn của thực tại như hai câu kệ trong phẩm Phương Tiện của kinh *Pháp Hoa* đã mô tả:

Chư pháp tùng bổn lai
Thường tự tịch diệt tướng.

(Các pháp xưa nay
Vốn thường tự vắng lặng).

Nếu như Thiền sư Saigyo của Nhật Bản đã đưa hoa Anh Đào vào thi ca của mình, thì tại Việt Nam Thiền sư Mãn Giác ở đời Lý trong một bài thơ cũng đã nói về một nhành mai. Chỉ khác nhau ở chỗ là hoa Anh Đào của Thiền sư Saigyo nở đúng vào mùa Xuân, còn nhành mai của Thiền sư Mãn Giác thì không nở vào mùa Xuân mà cứ theo bài thơ thì mùa Xuân lúc ấy đã đi qua rồi. Vậy mà thật bất ngờ trong một đêm Thiền sư đã bất chợt thấy một nhành mai đang nở rộ trước sân chùa:

Xuân khứ bách hoa lạc
Xuân đáo bách hoa khai
Sự trục nhãn tiền quá
Lão tùng đầu thượng lai

Mạc vị Xuân tàn hoa lạc tận
Đình tiền tạc dạ nhất chi mai.

(Xuân đi trăm hoa rụng
Xuân đến trăm hoa lại nở
Việc đời cứ như vậy mà đi qua trước mắt
Tuổi già đã hiện đến trên mái đầu rồi
Đừng tưởng rằng mùa Xuân đi qua thì hoa rụng hết đâu
Đêm qua, một cành mai đã nở rộ trước sân.)

Nhành mai ấy phải chăng là biểu tượng của cái đẹp vĩnh cửu mà Thiền sư Mãn Giác muốn gởi đến cho tất cả chúng ta những con người luôn luôn sống trong nỗi bất an và lo sợ trên mặt đất đau thương này?

"Chân lý nào cũng mang bộ mặt khủng khiếp, đằng sau cái bề ngoài thanh thản mênh mông. Cuộc sống nào cũng trùng trùng dâu biển, những tang thương. Chỉ có con người an nhiên nơi trí tuệ, mới có tín tâm kiên quyết tin rằng:

Đình tiền tạc dạ nhất chi mai
(Trước sân, đêm rồi, đã nở một cành mai)

Phật Giáo đáng yêu ở chỗ đó, vừa tố giác tính chất vô thường biến dịch của cuộc sống, vừa đặt bước thênh thang tự tại trên những đóa mai vô thường chớm nở, để thành đạt cái đẹp, đồng thời là chân tánh của cuộc đời".

Đó là lời của Hòa thượng thi sĩ Thích Mãn Giác (Huyền Không). Một người mà từ hơn nửa thế kỷ nay, hồn thơ lúc nào cũng cứ lận đận mãi với những khóm mai già trong những ngôi chùa của quê cha đất tổ.

III

Phong đả tùng quang nguyệt chiếu đình
Tâm đầu cảnh sắc cộng thê thanh
Cá trung tư vị vô nhân thức
Đương dữ sơn tăng lạc đáo minh.

(Gió đập hiên tùng nguyệt dọi sân
Tình này cảnh ấy luống bâng khuâng
Mùi Thiền trong đó nào ai biết
Thức suốt đêm trường vui với Tăng).
(HT. Mật Thể dịch)

Không hiểu sao cứ mỗi lần ngồi nhớ ngôi chùa nơi rặng núi ở quê nhà tự thời tuổi thơ xa xôi thì bài thơ ấy của Trần Thái Tông lại hiện đến trong trí nhớ của tôi, và tôi đã tự đọc cho chính mình nghe để đỡ nhớ.

Có thể đấy chính là vì cái không khí tĩnh mịch và vắng vẻ mà bài thơ đã nói lên được. Chính cái không khí tĩnh mịch này mà tâm hồn ta mới dễ giao cảm với đất trời, cái tĩnh mịch mà thi ca Nhật Bản gọi là vĩnh tịch (Sabi). Trạng thái vĩnh tịch ấy chỉ có những người đã từng sống qua rồi thì mới có thể cảm nhận được. Đúng như câu thứ ba trong bài thơ:

Cá trung tư vị vô nhân thức

Mà Hòa thượng Mật Thể đã dịch là:

Mùi Thiền trong đó nào ai biết.

Nhưng có điều lạ lùng là mỗi khi về lại ngôi chùa của tuổi thơ dạo ấy thì tôi không bao giờ tìm lại được cái không khí tĩnh mịch và vắng lặng như cái tĩnh mịch và vắng lặng của ngôi chùa mà trên bước đường lưu lạc lúc nào tôi cũng nhớ thương da diết trong tâm tưởng của mình. Dù bề ngoài thì chùa vẫn vậy, nghĩa là chùa vẫn đứng đó, vẫn âm thầm chịu đựng những cơn gió buốt lạnh từ núi cao đổ xuống trong những ngày Đông mưa gió lê thê. Vẫn đứng đó cùng với những tia nắng vàng yếu ớt mong manh của những ngày cuối thu như ngậm ngùi cho những tang thương dâu bể của cuộc đời. Vẫn đứng đó trong bầu trời cao tĩnh mịch của những ngày tháng Năm mùa Hạ, vẫn đứng đó với những bông hoa rừng, bông vạn thọ nở vàng cả lối đi trong những ngày Xuân rộn ràng tiếng chim kêu ríu rít.

Nhưng tại sao tôi vẫn thấy xa lạ ngay cả khi tôi đang ngồi trong chính ngôi chùa ấy? Vì nhớ tuổi thơ chăng? Có lẽ chỉ đúng một phần nào thôi, vì ai mà chẳng nhớ đến tuổi thơ hồn nhiên trong trắng của mình. Vậy thì tại sao? Chắc phải có một lý do nào đó chăng?

Trong tác phẩm quan trọng của văn hào Nhật Bản Yukio Mishima, tác phẩm *Kim Các Tự* (Kinkakuji) qua nhân vật chính kỳ lạ có tên là Mizaguchi. Ngay từ khi còn nhỏ Mizaguchi vẫn thường nghe cha của mình kể về cái đẹp của Kim Các Tự. Từ đó ngôi chùa gần như cứ ám ảnh mãi trong tâm hồn tuổi thơ của Mizaguchi. Và từ đó, ngôi chùa đã trở thành biểu tượng cho cái đẹp, mà cái đẹp theo Mizaguchi là vấn đề sống chết mà Mizaguchi phải đối phó "... Thực không phải nói quá lời khi bảo rằng vấn đề tối sơ mà tôi thực sự phải đối phó trên đời là vấn đề cái đẹp..."

Nhưng thế nào là cái đẹp?

Nhân vật chính trong tiểu thuyết của Yukio Mishima suy nghĩ theo cách của riêng mình: "... Một đứa bé như tôi, không thể nghĩ đến cái đẹp như một cái gì nho nhỏ hoặc lớn lớn nhưng là một sự vật vừa phải. Vì thế khi nhìn thấy những bông hoa mùa hè bé nhỏ đượm sương mai, có vẻ như đang toả ra một ánh sáng mơ hồ, tôi thấy chúng cũng đẹp như ngôi chùa Kim Các Tự vậy. Lại nữa, khi những đám mây ảm đạm chất đầy sấm sét ùn ùn chồng chất bên kia dãy núi đồi, chỉ có những viền ngoài lấp lánh ánh vàng vẻ tráng đại của chúng cũng làm tôi nhớ đến ngôi Kim Các Tự. Cuối cùng đến nỗi ngay cả khi nhìn thấy một cái gì đẹp đẽ khác, trong lòng tôi cũng vụt nhớ đến Kim Các Tự và nổi lên một sự so sánh: "Đáng yêu như Kim Các Tự". Hoặc có những khi đứng nhìn mông lung vào đêm tối mịt mùng Mizaguchi vẫn thấy "Kim Các Tự đang băng mình qua một đêm như dài vô tận".

Rồi nhân vật Mizaguchi băn khoăn tự hỏi: "Tôi không sao ngăn được một cảm giác bứt rứt và bực bội khi nghĩ rằng vẻ đẹp này đã tồn tại trên đời từ lâu mà tôi chẳng hề biết. Nếu quả thực cái đẹp đã tồn tại ở đó, điều ấy có nghĩa là chính sự tồn tại của tôi xa lạ với cái đẹp..."

Và rồi Mizaguchi tự đưa ra một kết luận: "Cái đẹp vì thế là một đối tượng mà người ta có thể sờ mó bằng ngón tay, có thể thấy phản ảnh rõ ràng trong đôi mắt. Tôi biết và tôi tin rằng giữa tất cả những đổi thay của thế giới, Kim Các Tự vẫn còn ở đó an toàn và không bao giờ thay đổi".

Thế nhưng khi người cha quyết định dẫn Mizaguchi đến Kim Các Tự để gởi cho Viện chủ thì Mizaguchi lại trù trừ do dự, vì lý do giản dị là sợ những gì mình đã tưởng tượng về Kim Các Tự có thể sụp đổ hết khi phải đối diện với Kim Các Tự thực. Mizaguchi lo sợ điều ấy sẽ xảy ra nên đã tự lý luận để trấn an trước: "Dù thế nào đi nữa, điều cốt yếu là Kim Các Tự phải thật đẹp đẽ. Do đó, tôi đem đánh đổi tất cả không phải lên cái đẹp khách quan của chính ngôi chùa cho bằng cái đẹp khả năng tưởng tượng ra vẻ đẹp của nó nơi riêng tôi".

Dù đã cố lý luận để trấn an như vậy, nhưng cuối cùng khi đến Kim Các Tự, Mizaguchi đã thật sự thất vọng "tôi ngạc nhiên tự hỏi có lẽ nào cái đẹp lại là một sự vật không đẹp đẽ như thế này sao?".

Nhưng khi từ giã Kim Các Tự để trở về thì cái đẹp của Kim Các Tự lại tiếp tục ám ảnh tâm hồn của Mizaguchi "sau khi trở về Yakuoka, Kim Các Tự đã từng làm tôi thất vọng biết bao nhiêu khi nhìn thấy lần đầu, đến lúc này lại gợi lại vẻ đẹp của nó trong lòng tôi càng ngày càng sâu đậm cho đến lúc trở thành một Kim Các Tự đẹp đẽ hơn là trước khi tôi được nhìn thấy".

Dường như nơi mỗi người trong chúng ta không nhiều thì ít cũng đều có một Kim Các Tự của Mizaguchi trong tận đáy hồn sâu thẳm của mình?

Với tôi, đó là ngôi chùa cổ mà tuổi thơ tôi đã sống. Thực ra, ngôi chùa ấy cũng chỉ là biểu tượng (như Yukio Mishima) đã lấy Kim Các Tự làm biểu tượng cho cái đẹp, cái đẹp mà ít nhất một lần nào đó trong đời ta đã bất ngờ nhìn thấy dù rất mong manh. Rồi từ đó ngôi chùa ấy cứ ám ảnh ta mãi.

Thi sĩ Quách Tấn của Việt Nam mà trong toàn thể thi nghiệp của mình cũng đã từng thể hiện nỗi nhớ thương da diết về một ngôi chùa trong mộng tưởng như vậy:

Mây nước nhiễm phong trần
Nơi đâu tình cố nhân
Những đêm buồn tỉnh giấc
Chùa cũ tiếng chuông ngân.

"Chùa cũ" mà thi nhân nhớ thương đó ở nơi nào? Tại một đỉnh

núi cao? Hay một thảo nguyên xa xôi nào đó của thời mà thiên nhiên còn man dại, như thuở vũ trụ còn hoang sơ?

Sông dài bãi vắng núi chênh vênh
Chùa khuất sau mây tiếng trống rền
Gió nước nôn nao lòng đãi độ
Lạnh lùng sương xuống bến trăng lên.

Hay là ngôi chùa ấy chỉ có trong tâm tưởng của thi nhân trong những đêm trăng sáng giữa một mùa thu mênh mông:

Neo thu bến tạnh thuyền sương song
In bóng chùa xa trăng nửa hiên

Ta không thể nào biết được. Chỉ biết rằng thi nhân đã đi tìm, và cuối cùng cũng đã gặp ngôi chùa ấy trong một thoáng giây tuyệt đẹp:

Thoảng tiếng chuông chùa vọng
Bóng đèn khuya rung rinh
Nao nao lòng giếng quạnh
Hơi thu tràn hư linh

Đọc hai câu cuối:

Nao nao lòng giếng quạnh
Hơi thu tràn hư linh.

Ta có cảm tưởng như trong giây phút đó thi nhân đã vượt qua được thứ thời gian do ý thức nhị nguyên của con người tạo ra, và đã tiến gần đến thời gian của vĩnh cửu.

Nhưng thế nào là thời gian? Và có cái gọi là thời gian vĩnh cửu không?

Trong tác phẩm *Đối Thoại Giữa Triết Học Và Phật Giáo* của hai tác giả là Jean François Revel và Matthieu Ricard. Theo Matthieu Ricard thì: "Thời gian chỉ là một quan niệm dính liền vào chuỗi khoảnh khắc được nhận ra bởi một người quan sát. Thời gian không tự nó có được vì lẽ người ta không thể nắm bắt một khoảng thời gian và không gian riêng biệt nào cả. Thời gian và không gian chỉ có tương đối cho những hệ thống tham khảo riêng biệt, và cho những kinh nghiệm của chúng ta mà thôi".

Như vậy vẫn theo Matthieu Ricard "Ngoài hiện tượng ra không có thời gian. Nếu không có hiện tượng lấy đâu ra thời gian. Thời gian dính liền với thay đổi. Quá khứ đã trôi qua, tương lai thì chưa tới mà dòng thời gian không thể nắm bắt được trong giây phút hiện tại".

Còn thời gian vĩnh cửu?

Vẫn theo Matthieu Ricard "thì trong siêu hình Phật giáo người ta nói đến một thời gian thứ tư, vượt trên quá khứ, hiện tại và vị lai. Đó là thời gian vĩnh cửu".

Vĩnh cửu, như vậy theo Matthieu Ricard: "Thời gian thứ tư này không thực sự là thời gian mà chỉ là từ để ngụ ý rằng vĩnh cửu ở bên kia thời gian, vì thời gian chỉ liên quan với thế giới hiện tượng".

Phải chăng đây cũng là một định nghĩa khác về vĩnh cửu?

"Cái nhìn của con mắt thịt không bao giờ có thể vượt ra ngoài hạn chế của không gian. Nhưng cái nhìn của con mắt tình yêu thì không hề biết đến giới hạn như thế. Tình yêu có khả năng thực hiện những phép lạ, những thần thông biến hóa vượt ngoài ước lượng và hiểu biết của một tâm hồn khô héo. Làm sao người ta có thể nghe được những lời ngọt ngào của suối rừng, của gió núi, khi mà tâm tư không gợi chút xao xuyến của tình yêu".

Chính cái nhìn không giới hạn này, nên mặc dù mùa Xuân của đất trời đã quarồi, vậy mà Thiền sư Mãn Giác của chúng ta ở đời Lý trong một đêm tối trời vẫn bất chợt thấy được một cành mai đang nở rộ trước sân chùa.

Phải chăng cành mai ấy chính là biểu tượng của tình yêu? và một khi trái tim của kẻ nào đã tràn ngập tình yêu thì nhất định kẻ đó sẽ gặp một mùa Xuân không bao giờ tàn phai nữa, mùa Xuân của vĩnh cửu chăng?

Mùa Đông 2002
Nguyên Đạo Văn Công Tuấn

PHƯƠNG XA HÁI THUỐC

Tản mạn về những kỷ niệm với Thầy Phước An
*qua "đơn đặt hàng" của anh **Nguyễn Hiền-Đức***

I

Mây bay hạc lánh

Sư đà hái thuốc phương xa,
Mây bay hạc lánh biết là tìm đâu?

Cụ Tố Như thật tài tình khi viết những câu thơ ấy. Một vị Sư vừa ra tay cứu vớt một con người, một nạn nhân (lại là một phụ nữ) trong thời phong kiến xa xưa, một con người quá ư trầm luân khổ nạn. Sư còn từ bi bắc một nhịp cầu cho con người kia đoàn viên cùng gia đình cha mẹ, anh chị em và cả với người yêu cũ. Khi hoàn thành đại thiện nghiệp ấy, sư còn làm một việc còn cao quý hơn thế nữa: Sư quẩy gánh lên đường đi hái thuốc cứu đời. Nhưng Sư Giác Duyên đâu phải chỉ cứu cuộc đời của một nàng Kiều. Sư đã cứu một giấc mơ, giấc mơ sống một cuộc đời bình thường như một người bình thường. Một giấc mơ? Không, cả chục những giấc mơ trong cảnh sum họp đoàn viên ấy.

Nhưng mắc mớ gì tôi lại giải Kiều ở đây? Có ai bói Kiều đâu.

Không, tại vì chính cái hình ảnh "Sư đã hái thuốc phương xa" ấy.

Tôi có quen biết một con người như thế. Trong ba năm sống gần gũi nhau, tôi không tài nào hiểu được hành tung "lúc ẩn lúc hiện" của vị tăng sĩ trẻ ấy (bây giờ thì đã là một vị Hòa Thượng khả kính). Có khi trong một thời gian dài ngày nào cũng gặp Thầy, cũng cười cười nói nói vui vui. Rồi bổng cả mấy tháng không thấy.

Lúc gặp lại hỏi thì nghe trả lời: tôi về ở hầu ôn Già Lam, an cư kiết hạ ngoài Đồi Trại Thủy Nha Trang, về Bình Định thăm chùa Tổ... Giờ thì tôi mới hiểu, đi đâu thì đi nhưng tấm lòng của Sư vẫn là đi hái thuốc.

Cố nhớ kỹ lại, tôi vẫn không nghĩ ra là tôi đã gặp thầy Phước An lần đầu vào dịp nào (dĩ nhiên là ở Vạn Hạnh, trong năm 1972, nhưng trong hoàn cảnh nào?). Chỉ nhớ rằng quen nhiều và thân với thầy lắm. Phòng 317 Nội Xá Vạn Hạnh là phòng ở của quý thầy trẻ, là những người tôi rất thân, và đây là một phòng mà tôi có thể ra vào bất cứ lúc nào. Tôi có thể mở cửa vào mà không cần phải gõ cửa, có thể nằm đâu đó đánh một giấc ngon lành mà chẳng ai la rầy hay phiền hà gì mình cả. Và thầy Phước An là một trong những vị đã ở phòng này. Thầy người dong dỏng cao, mặt mày khôi ngô tuấn tú, hay cười. Thầy quen biết nhiều, ai cũng thương ai cũng mến thầy. Nhưng điều tôi cảm phục và thắc mắc mãi là thái độ an nhiên tự tại của thầy. Thầy không cần tiền bạc, không ưu tư chức vụ, không hề phiền hà trách móc chê bai bất cứ một ai. Thầy cũng là người hay rủ tôi đi chơi hay đi thăm viếng những bậc kỳ nhân. Tôi từng cùng thầy đi đến thăm song thân và gia đình anh Phạm Công Thiện ở Mỹ Tho, ở chơi vui vẻ ăn cơm xong rồi mới đón xe đò về. Thầy từng dắt tôi đi đến nhà nhà văn Đỗ Long Vân, nhạc sĩ Trịnh Công Sơn... Kể cả việc vào „thăm và phá"thầy Tuệ Sỹ hay thầy Chơn Hạnh tôi cũng thường hay đi với Thầy. Có thầy thì mới vui. Có thầy thì câu chuyện mới thêm thi vị. Và có thầy thì tôi cũng được phép gọi mấy đại sư ấy là anh luôn. Thầy có một kiểu cười quá ư là hỉ hả an lạc làm ai cũng vui theo. Không ai có thể phiền thầy cả, dù bận rộn cách mấy đi nữa.

Rồi khoảng cuối 1974 thầy lại ra đi, không lời từ giã, như một đám mây bay. Sau này đọc lại thì tôi mới biết thầy cùng thầy Tuệ Sỹ đi về Hải Đức rồi từ đó đi về vùng núi đồi Vạn Giả. Làm gì ở chỗ núi cháy nắng khỉ ho gà gáy này? Thưa, đã nói rồi: *hái thuốc phương xa...*

Tôi cũng đi, còn đi qua tận bên kia của nửa vòng trái đất, qua khỏi Thái Bình Dương. Mây bay trên trời vậy mà còn dễ thấy, nhưng hạc lánh thì biết phương nao? Tin tức về thầy chỉ thỉnh thoảng tôi mới biết được qua các bài viết được đăng tải trên các mạng Internet ở hải ngoại. Mãi đến năm ngoái, nhờ những đám mây bay kiểu dạng iCloud trên vòm trời Internet chúng tôi mới có thể liên lạc được với nhau.

Thầy Phước An khác với những vị ở Vạn Hạnh xưa. Thầy rất thích thơ, lại phê bình thơ. Thầy hay giao du thân thiết với những nhà thơ lớn như Bùi Giáng, Tuệ Sỹ, Quách Tấn, Hoài Khanh v.v... Như vậy mà tự mình thầy không làm thơ (ít nhất là tôi chưa thấy bao giờ). Nhưng ông thầy này lại thích viết văn, viết nhiều bài tản văn nhiều trang. Đọc văn của thầy mê chết được nhưng phải đọc nghiêm túc, đọc đi đọc lại vì dài và có khi khó hiểu, nhiều chi tiết (tôi cũng bị lây bệnh ấy). Lâu lâu thầy phán cho một câu lạnh tóc gáy, ôm vác trên lưng nhiều ngày đêm mới lý giải được. Tôi sẽ nói rõ tiếp sau.

II

Đủ thiếu – Đầy vơi

Bây giờ tôi xin phép kể ở đây một câu chuyện thiền trước. Câu chuyện về một tuần trà giữa một thiền sư và một học sĩ.

Chuyện rằng, một học sĩ nọ trong một ngày đẹp trời kia lặn lội chốn sơn môn để gặp một thiền sư vấn đạo. Sau khi chào hỏi, chủ khách phân ngôi tọa vị, thiền sư thân hành nấu nước châm trà mời khách uống. Thiền sư an nhiên tự tại, chậm rãi từng động tác nhóm bếp châm lửa, chờ nước sôi, súc bình trà. Nói chuyện đạo thì vội vàng chi. Nhưng vị học sĩ kia thì quá sốt ruột, ông muốn nói ra ngay những kiến giải của mình. Ông ta muốn cùng thiền sư đàm đạo ngay. Kiểu tranh thủ thời gian ấy mà! Thì giờ của một bậc học sĩ quý lắm, từng phút từng giây là vàng, là bạc, là kim cương. Mấy lần ông ta đã định lên tiếng nhưng đều bị thiền sư đưa tay ngăn lại. Ông lại lịch sự chờ. Học sĩ thường rất trọng lịch sự. Cuối cùng thì nồi nước cũng đã sôi và bình trà cũng đã được chế ra và đặt trên bàn. Hai chiếc chung uống trà xinh xinh cũng vừa được sắp sẵn. Thiền sư cứ chậm rãi, chậm rãi rót trà vào chiếc chung trà của khách. Mùi trà bốc lên thơm ngát ngập cả thiền thất. Thiền sư chăm chú ngắm làn nước xanh ngon của nước trà và rót, và rót...

rồi lại cứ tiếp tục rót.

Thầy ơi, coi chừng, chung nước trà sắp đầy tràn rồi đó.

Khách la lên. Thiền sư vẫn yên lặng rót tiếp.

Nó tràn ra bàn, ướt hết cả rồi đó! Khách lại lên tiếng lần nữa và lẩm bẩm nghĩ bụng. *Ông Thầy này tu gì sao mà vô ý vô tứ quá, làm ướt cả tập bản thảo ghi chú nhiều ý tưởng độc đáo của mình về đạo, mình đã bỏ bao nhiêu công phu ghi chú soạn thảo và đang muốn đàm đạo những điều ấy với ông ta.*

Như không nghe thấy, thiền sư vẫn yên lặng rót trà tiếp cho đến khi bình trà đã cạn hết. Chưa xong, thầy còn định đứng dậy đi đến chỗ nồi nước sôi để châm thêm nước vào. Không nhịn được vị học sĩ đứng dậy kéo áo thiền sư đứng lại và nói lớn:

Ông Thầy có điên không? Nước trà châm xong chưa uống được giọt nào, lại rót đổ tung ướt cả sàn nhà rồi. Tôi từng nghe danh Thầy nên đến đây cầu học đạo chứ đâu ngờ lại gặp ông thầy tu vô ý vô tứ như ông. Chỉ mỗi việc pha trà mà cũng không xong, chánh niệm đã bỏ đi chơi xa rồi sao? Ôi thôi, thời mạt pháp! Những tài liệu ghi chú của tôi cũng bị ông làm ướt nhèm cả chữ rồi, làm sao tôi đọc được nữa. Rõ khổ.

Lúc này thiền sư mới nghiêm trang nhìn thẳng vị học sĩ và ôn tồn trả lời:

Lành thay, lành thay! Thí chủ vừa nói là những tờ giấy kia không còn đọc đấy ư? Lành thay! Thí chủ lặn lội đường xa đến đây tìm lão sơn tăng này để học đạo, nhưng làm sao thí chủ có thể học được với cái đầu đặc cứng này ấy?Này ông thầy tu ngạo mạn kia, ông không cần phải lăng nhục người khác đâu. Tôi là một luận giả, là người từng nghiên cứu Phật Đà trong bao nhiêu năm qua, từng đọc không biết bao nhiêu bộ kinh, bộ luận...

Đích thị. Chính thế. Cái đầu của ông đã đặc cứng, đã bị ngập tràn bao nhiêu kiến thức ấy. Hay có dở có, trong có đục có, sạch có dơ có. Ông không thấy sao, chung trà đã đầy rồi thì dù lão tăng có rót thêm vào nó cũng tràn ra. Nó còn chảy lai láng ướt cả bàn ghế, làm dơ dáy cả nền nhà thiền thất của bần tăng rồi đó. Ngươi chưa thấy sao?

Ô... ô!

Rõ chưa, cái đầu đặc cứng kia? Thiền sư dõng dạc nói lớn từng chữ.

Dạ, dạ... dạ rõ. Nhưng bây giờ... con phải làm sao? Vị học sĩ bối rối và ấp úng trả lời.

Được rồi. Nhà ngươi đừng buồn, ta sẽ có cách giúp ngươi. Nhưng trước khi đến học thiền, học đạo với ta, nhà ngươi hãy quay về dọn sạch cái „chung đựng trà"ấy trước. Có vậy ta mới có thể rót trà vào được chứ. Rõ không?

Hai chữ "rõ không"cuối cùng vang rền như một tiếng hét lớn. Bên ngoài khung cửa sổ, hai chú chim hoàng anh đang hót líu lo bỗng nhiên ngưng bặt. Một chú chim non nghiêng đầu nháy mắt chỉ cho bạn xem. Phía bên trong thiền thất không khí như chùng xuống. Ở đó có hai con người đang yên lặng. Một vị thiền sư khả kính đang đứng thẳng nhìn xuống, về hướng ấy có một học sĩ đang cúi mọp mình xuống đất, ôm bàn chân thiền sư sau khi phủ phục đảnh lễ và đang sụt sùi xúc động khóc. Trời cũng vừa nhá nhem tối...

Câu chuyện này tôi đã đọc được dễ chừng ba, bốn mươi năm

trước, nhớ sao ghi lại ra đây, xin cắm thêm chút hoa chút lá vào cho để huế vui vẻ. Mãi đến gần đây, khi tôi đọc được những dòng chữ trích dẫn tiếp theo dưới đây thì không những tôi đã hiểu và thấm thêm cái nội dung thâm diệu kia mà còn như nghe văng vẳng được bên tai được tiếng hét vang rền của Ngài Lâm Tế. Tôi cũng sung sướng nhận ra rằng, chút trí thức mình có được và mang vác theo cả đời có khi lại trở thành gánh quá nặng cản trở bước đường tu tập. Qua sông thì cần đò, nhưng khi xong thì phải biết và dám can đảm vứt bỏ chiếc thuyền ấy. Biết vậy nhưng muốn làm được thì không dễ. Tôi quá tâm đắc những điều thế ấy.

"Dường như thế giới càng văn minh tiến bộ bao nhiêu, thì tâm thức của con người càng hoang mang và lạc lõng bấy nhiêu. Sự hoang mang đó có lẽ cũng giống như sự hoang mang của Thần Tú (một con người rất uyên bác) khi Ngũ Tổ bảo phải làm một bài kệ khác để trình cái sở chứng của mình: "Tâm trung hoảng hốt, thần tứ bất an, du như mộng trung, hành tọa bất lạc" (Trong lòng hoảng hốt, thần tứ chẳng an, dường như giấc mộng, đi ngồi chẳng vui). **Nghĩa là bất an và đau khổ vì cái sở học uyên bác của mình**

Có lẽ nhân loại đang đứng trước thế kỷ 21 này, nên khởi sự học lại từ đầu cái mà Lục Tổ Huệ Năng đã bị mắng là "nhĩ giá lạp lão bất tri" (con người man rợ này chẳng biết chi hết), thì mới mong tìm được một nền văn minh đích thực cho chính mình chăng?"

III

Bên trong lõi một cành hoa là cái mộc mạc

Nhưng tôi vẫn còn có một thắc mắc về ông thầy (Hòa Thượng) Phước An này. Không biết sao mà con người ấy lúc nào cũng thấy cứ cười cười vui vui, chưa khi nào nghe than phiền nhăn nhó về ai. Hay là như thế này, có một cái gì khác thường ở con người mà lúc là chú tiểu mới bảy tuổi đầu đã từng nghe cọp rống trong một đêm khuya tại một ngôi sơn tự. Và đôi vợ chồng cọp chỉ nằm cách mình một chiếc vách nan (nghĩa là gần sát lưng mình chứ không phải cách một song sắt như trong sở thú). Thế thì những chuyện đời ô trọc lêu bêu còn có đáng gì để nói. Tất cả chuyện khổ lụy cuộc đời khắp thế gian này chỉ là những chuyện nhỏ, nhỏ hơn chiếc lông cọp. Nhưng chỉ thấy khổ lụy thôi sao? Chưa đủ. Những bậc "Trí" bước ra từ tri kiến ấy và họ mang đôi guốc tĩnh lặng đi tiếp trên bước đường đạo, đi an lạc bên cuộc đời mà không sợ bùn làm ố guốc. Ấy là chuyện hệ trọng. Bởi thế, ông thầy Phước An của tôi không những từng biết nghe tiếng cọp rống chốn sơn lâm mà còn có khả năng nghe được tiếng chú chim cu cườm gáy, nghe ra ngay kể cả khi nó gáy giữa lòng phố xá, giữa bao nhiêu cảnh ồn ào náo nhiệt. Chúng ta có khi chẳng còn nghe ra được tiếng chim hót lên trên cành giữa công viên đầy hoa đầy lá, vì ta quá bận rộn cho bao nhiêu toan tính âu lo. Tiếng chim hót còn nghe không ra, huống chi là nghe được tiếng hót ấy một cách thanh tịnh. Hãy cùng nghe Thầy Phước An kể chuyện.

"Tôi vẫn còn nhớ có một đêm vào mùa đông, trời đất tối tăm mù mịt, khoảng nửa đêm bỗng đâu có hai con cọp, chắc là đi tìm mồi trên đường trở về núi, cọp dừng lại sau chùa rồi rống lên, tiếng rống của cọp làm kinh động cả núi rừng. Lúc đó tôi đang ngủ nơi nhà Tây của chùa, vách chùa lại mỏng quá vì chỉ trét bằng rơm và đất. Tôi sợ quá, nhưng không biết trốn ở đâu nên đành lấy chiếu trùm kín cả đầu để cho bớt sợ".

(...)

Mặc dù còn quá nhỏ, cái tuổi chưa thể rời mẹ để vào ở hẳn trong chùa được, nhưng sở dĩ Sư chú vẫn muốn tôi vào chùa vì ông sợ tôi nhập bọn với lũ trẻ ngoài làng lang thang lêu lõng mà bỏ bê việc học hành. Tôi biết đó là tình thương đặc biệt mà Sư chú tôi đã dành riêng cho tôi, vì tôi vẫn thường nghe ông nói với Bổn Đạo của chùa "Tội nghiệp thằng nhỏ chưa sanh ra đời mà đã mồ côi cha".

Nhưng Sư chú tôi đâu biết được rằng, cái không khí tĩnh mịch của ngôi chùa cùng núi rừng đã bắt đầu ảnh hưởng đến tuổi thơ tôi. Tôi có thể ngồi chơi một mình mà không cần nhập bọn quậy phá ồn ào với bọn trẻ nữa. Thay vì buổi trưa rủ nhau đi tắm sông hoặc bắt chuồn chuồn, châu chấu, cào cào đem về cho chim con ăn, thì tôi có thể ra ngồi dưới gốc cây xoài trước chùa để ngắm bầu trời cao rồi tha hồ nghe tiếng hót của các loài chim, nào chim chìa vôi, chích choè, chớp quạch, khứu, vv... Thỉnh thoảng lại nghe tiếng tu hú gọi bầy từ núi cao vọng xuống nữa, nhưng thích nhất vẫn là tiếng gáy của cu cườm. Chúng thường bay về đây từng đàn, đặc biệt là mùa gặt từ tháng 2 đến tháng 3. Con cu cườm ít đứng trên cây mà lại thường đứng trên các tảng đá sau chùa rồi cùng nhau gáy vang cả núi rừng trong những buổi trưa hè tĩnh mịch. Nhưng tôi lại ít thích nghe cu cườm gáy từng bầy, mà lại thích nghe từng con gáy. Nếu cu đứng càng xa thì tiếng gáy của nó càng mê hoặc đối với người nghe hơn nữa.

Một buổi trưa, có lẽ là mùa hè, Sư chú tôi từ trên nhà Tây đi xuống gặp tôi ông liền nói: "Hồi trưa có con cu cườm ở đâu bay đến đậu nơi cây mít gần cửa sổ mà gáy. Tiếng gáy của nó nghe thanh tịnh quá!".

Câu nói vô tình của Sư chú tôi, một tu sĩ suốt đời chỉ quanh quẩn ở thôn quê, chưa hề đọc bất cứ một quyển sách nào nói về cái đẹp của thiên nhiên, nghĩa là chưa hề biết cái đẹp theo nghĩa trong sách vở là gì hết, vậy mà câu nói mộc mạc ấy đã đeo đuổi tôi đến tận bây giờ, nhất là bốn chữ cuối "nghe thanh tịnh quá". Mahatma Gandhi có nói đâu đó rằng: "Cái gì mà tuổi thơ ta đã sống thì cái đó sẽ điều động ta suốt cuộc đời".

Đúng là như vậy rồi. Trước đây cũng như bây giờ mỗi lần đi giữa phố bất chợt nghe được tiếng gáy của cu cườm từ một ngôi nhà nào đó vọng ra là tự nhiên tôi phải đi chậm lại để nghe cho kỳ được. Dù tiếng gáy của cu cườm bị tiếng động của xe cộ cùng sự ồn ào huyên náo của con người thành phố lấn át nhưng tôi vẫn có thể lắng nghe được tiếng vọng xa xôi từ một vùng quê tĩnh mịch của tuổi thơ dạo nào. Nơi đó, có ngôi chùa cổ vẫn đứng trầm mặc giữa bầu trời cao của mùa hạ.

Một tiếng chim gáy „nghe thanh tịnh quá". Chỉ những ai có lỗ tai thanh tịnh mới nghe ra được tiếng gáy thanh tịnh ấy. Tại sao? Vì chỉ có cõi lòng thanh tịnh mới nhận ra giọng hót líu lo thanh tịnh của các loài chim quý Bạch Hạc, Khổng Tước... ở cõi Cực Lạc Đức Phật Vô Lượng Quang.

"Lại nữa, cõi nước Cực Lạc có những loài chim đủ các màu sắc như là: Bạch Hạc, Khổng Tước, Anh Vũ, Xá Lợi, Ca Lăng Tần Già Cộng mạng, những loài chim đó ngày đêm sáu thời, hót tiếng thanh tao, diễn nói các pháp, Năm Căn, Năm Lực, Bảy Thứ Giác Chi, Tám Phần Chánh Đạo, cùng nhiều pháp khác, chúng sanh cõi ấy nghe được tiếng pháp, đều vui phát tâm niệm Phật, niệm Pháp, niệm Tăng..."

Đọc đến đây thì tôi đã hoàn toàn hết thắc mắc. Tôi mơ hồ nhận ra rằng, cái nhìn, cái thấy, cái cảm nhận đó chính là cái thấy mà

Ngài Huệ Năng ngày xưa từng thuyết (và thầy Phước An từng trích dẫn theo Pháp Bảo Đàn Kinh), ấy là

"Chất phác ở trong tâm, mộc mạc ở trí".

Chỉ có cái chất phác này, cái mộc mạc ấy mới chính là hành trang cho chuyến du hành bước vào thế giới an vui cõi Cực Lạc (chứ không phải chiếc va li 25 ký lô hay chiếc ba lô đeo vai khi vào Check-in ở sân bay).

IV

Vui đạo

Tác phẩm *Lời Cố Quận* (An Tiêm xuất bản 1968) có đăng một bài thơ kèm theo một lời ghi chú vô cùng đặc biệt như sau.

Giọt mù sương cố quận
Bước chân về dặm xa
Xa vời bóng Thích Ca
Con đi từ ngõ hẹp
Con đi từ nhớ mong
Một con đường đi vòng
Đến bên chân rừng núi
Con ngồi bên bờ suối
Kính tặng một bài thơ.

Ghi chú: Đó là bài thơ tuổi nhỏ phát Bồ Đề tâm thăm thẳm và hy hữu của Đại đức Thích Phước An.

Có một điều gì lạ và khác thường ở đây chăng? Không tinh ý ta sẽ khó nhận ra một điểm lạ ấy.

Thưa, có! Tác phẩm *"Lời Cố Quận"* là tác phẩm của triết gia Martin Heidegger giảng giải về thơ của nhà thơ Friedrich Hölderlin. Thi sĩ Bùi Giáng dịch ra tiếng Việt, An Tiêm xuất bản. Vậy tại sao bỗng tự dưng lại có một bài thơ của vị sư trẻ Đại Đức Thích Phước An chen vào đây? Thật khó hiểu. Bài thơ lại thuộc loại hay tuyệt vời. Sau này thầy Phước An kể lại trong một bài viết rằng, chính lão Trung Niên Thi Sĩ là tác giả bài thơ kia. Do quá đắc ý về quãng đời tu học thơ mộng giữa núi rừng trùng điệp của thầy mà sáng tác bài thơ, ký tên thầy Phước An bên dưới và đưa vào xếp ngang hàng với những nhà tư tưởng lớn của thế giới. Dĩ nhiên Trung Niên Thi Sĩ có ý của mình khi làm việc đó. Thầy Phước An kể khi lần đầu đọc được những câu thơ ấy trong sách.

(...)

Tôi đọc chậm rãi từng câu và xúc động vô cùng. Xúc động không phải vì mình được đứng tên một bài thơ không phải do chính mình làm ra, cũng không phải vì được Bùi Giáng lưu tâm, mà xúc động vì qua bài thơ đó, Bùi Giáng đã mở mắt cho tôi thấy tuổi thơ cũng như con đường tôi đang bước đi thơ mộng và cao đẹp biết chừng nào. Vậy mà dường như tôi đã vô tình quên mất, để chạy theo cái đẹp phù phiếm bên ngoài.

Tôi nhớ có một lần Bùi Giáng đã hỏi tôi sanh ở thôn quê hay thành thị? Đi tu hồi mấy tuổi? Tôi hơi ngạc nhiên, vì nghĩ rằng ở vào địa vị của ông thì ông bận tâm chi đến chuyện riêng tư của người khác, nhất là người đó còn nhỏ và chưa làm được chuyện gì ra hồn cả. Nhưng vì thấy ông hỏi rất nghiêm chỉnh chứ không hỏi cho có hỏi, nên tôi khai thật với ông rằng, vì mồ côi cha từ hồi mới sanh, nên được ông chú đang trụ trì một ngôi chùa tại vùng quê hẻo lánh ở Bình Định đem đi tu tận hồi 7, 8 tuổi gì đó. Khi nghe tôi nói sanh ở thôn quê thì Bùi Giáng gật đầu: "Vậy là được rồi".

Tôi không nghĩ là Bùi Giáng nói để an ủi tôi, mà ông nói rất thật theo quan niệm của ông, vì có một lần ngồi uống cà phê sáng với ông ở một cái quán gần chợ Trương Minh Giảng, quán có rất đông người. Bùi Giáng nhìn đám đông có vẻ hơi bực bội rồi ông nói với tôi:

"Bọn làm văn nghệ văn gừng suốt cả đời chỉ chạy lui chạy tới mấy cái quán cà phê mắc dịch ở Sài Gòn này, chẳng bao giờ bọn chúng nhìn thấy núi cao biển rộng hay sông dài, thì chúng làm được cái trò trống gì chứ?" ...

Mấy năm trời sống chung với anh Bùi Giáng tại Nội Xá Vạn Hạnh tôi biết rằng, anh thường rất trân quý những tâm hồn hoang sơ, những con người từng là bạn thân thiết với chuồn chuồn châu chấu, những kẻ từng là sở hữu chủ một gia tài cây cỏ thiên nhiên trong tận đáy lòng, những trái tim nồng nàn biết thương vật yêu người. Ai từng biết thương yêu cây cỏ côn trùng chim muông thì sẽ biết thương yêu con người, và rồi sẽ yêu thương muôn loài chúng sanh. Ai sở hữu tấm lòng yêu thương ấy sẽ có nhiều lợi thế khi đặt chân bước vào cuộc đời vốn đầy ắp những trái đắng và cả mật ngọt này.

*

Anh Nguyễn Hiền-Đức ra sức sưu tập công phu Tuyển Tập *"An Cư Lạc Đạo này"*. Anh lại biểu tôi viết vài dòng về Thầy Phước An, một người rất mực thân quen của cả hai chúng tôi. Tôi chưa có cơ hội hỏi anh Hiền tại sao lại đặt tên cho sưu tập Phước An này là *An Cư Lạc Đạo*. Nhưng do ngay từ đầu tuyển tập anh đã cho trích đoạn và in đậm bốn câu kệ của Vua Trần Nhân Tông (sau khi xuất gia có đạo hiệu là Trúc Lâm Đại Sĩ) nên tôi đoán chắc anh muốn nhắc về bài kệ Cư Trần Lạc Đạo của Tổ.

Bản Hán Văn:

Cư trần lạc đạo thả tuỳ duyên
Cơ tắc xan hề khốn tắc miên
Gia trung hữu bảo hưu tầm mịch
Đối cảnh vô tâm mạc vấn thiền.

Bản dịch của Nguyễn Lang:

Đời vui đạo hãy tuỳ duyên
Đói đến thì ăn mệt ngủ liền
Trong nhà có báu thôi tìm kiếm
Đối cảnh không tâm chớ hỏi thiền.

Thầy Phước An từng gọi bài kệ này là: *"Bản tuyên ngôn cho đời sống đạo của Phật Tử Việt Nam"* chúng ta.

Bằng tất cả trân quý những tình cảm thân thiết từ thuở Vạn Hạnh năm xưa, bằng tất cả những mến mộ tôi xin ghi lại đây những dòng chữ chân thành mộc mạc này về Thầy. Những chữ này xem như là những lời từ cõi lòng của "Thanh Niên Tuấn" về "Thanh Niên Cư" thân thiết ngày nào.

Lại nữa, với một chút thân tình cộng ít tinh nghịch, tôi xin phép nghĩ như thế này. Nếu anh „Thanh niên Cư" mà ở Mỹ (hay ông Obama đến thăm chùa Hải Đức) thì người Mỹ sẽ gọi ngài là *Mr. Cư Trần* theo kiểu viết tên họ hành chánh Hoa Kỳ. Nhưng may mắn thay, Mr. Cư Trần của chúng tôi đã không ở Mỹ mà vẫn sống thanh thản vui đạo ở Đồi Trại Thủy (Phật Học Viện Hải Đức) Nha Trang. Phải chăng, từ mười mấy thế kỷ trước sơ tổ Thiền Phái

Trúc Lâm đã thấy nhìn thấy được cái tâm, cái cốt, cái lõi cao quý ở ông Cư Trần lạc đạo này (hai chữ lạc đạo không viết hoa, chữ lạc này là động từ và chữ đạo là túc từ đấy nhé).

Anh Nguyễn Hiền-Đức và tôi đều quá hạnh phúc và vui mừng khi nghĩ lại, mình đã có thời ở Vạn Hạnh, có duyên may được gần gũi với nhiều bậc tôn túc, nhiều cao thủ thượng thừa. Trong số ấy có một vị tôn túc lúc nào cũng "vui đạo" ấy, đã từng biết tìm và an trú với cái vui từ khi còn là chú tiểu tóc để chỏm, trong một đêm khuya cô đơn nằm nghe cọp rống trong ngôi sơn tự.

Kính bái Đại Sư!

Nguyên Đạo Văn Công Tuấn
(Đức Quốc)

LỜI BẠT
ĐỌC SÁCH THẦY PHƯỚC AN,
XIN GHI VÀI Ý THƠ

Cư sĩ Nguyên Giác Phan Tấn Hải

(Xin ghi vài ý thơ, sau khi đọc Tuyển tập "Hiu Hắt Quê Hương Bến Cỏ Hồng" của HT Thích Phước An gồm các bài tùy bút viết về các nhà thơ Huyền Không (HT Mãn Giác), Quách Tấn, Bùi Giáng, Phạm Công Thiện, Tuệ Sỹ, Hoài Khanh, Nguyễn Đức Sơn và nhà văn Võ Hồng.)

THẦY PHƯỚC AN

Theo mẹ một thời chạy loạn
bốn ơn nghe nặng hai vai
tuổi thơ vào chùa học đạo
thức nghe sanh tử đêm dài.

Thơ đọc chen vào kinh tụng
thấy đời như có như không
nước mắt ngập tràn ba cõi
đêm dài kể chuyện quê hương.

THẦY HUYỀN KHÔNG
Hiện thân làm con suối nhỏ
vượt núi thác ghềnh vào sông
bình bát cơm đời muôn dặm
một hôm xa mấy đại dương.

Gửi thơ theo lời chim hót
chân trời vọng nhớ trường xưa
thỉnh chuông thức hồn dân tộc
về nghe pháp dưới mái chùa.

QUÁCH TẤN
Lời thơ ướp hương cổ sử
ủ thơm gió núi rừng cây
ngợi ca trùng trùng sông núi
biển giăng chùa ẩn trong mây.

Cọp nằm nghe sư kinh tụng
đưa người tới cõi bình an
chép thơ gởi vào thiên cổ
trầm hương một cõi mây ngàn.

BÙI GIÁNG
Rừng sim tím, em mọi nhỏ
anh bụi đời, thơ hắt hiu
một đời lạc vào phố thị
phụng hiến nắng sớm mưa chiều.

Thơ anh mù sương cố quận
múa may rực nắng chiêm bao
nói cười ẩn tàng Kinh Phật

cầm hoa lên hỏi trăng sao.

VÕ HỒNG
Bỏ quê tịch mịch ra phố
nhớ bờ cỏ ướt sương đêm
nhớ nắng trên đồng lúa chín
nhớ chùa kinh tụng êm đềm.

Chép vào giấy hồn tháp cổ
nâng bút, dòng mực rất buồn
nỗi cô quạnh như đọng lại
hỏi nơi đâu là suối nguồn.

PHẠM CÔNG THIỆN
Có ai nghe trên phố lạ
nắng rơi rạn vỡ đìu hiu
anh lên đồi xem cây khế
trổ bông và khóc trong chiều.

Ngựa hú hai ngàn năm trước
phả hồn thơ khói vô thường
anh lôi Bồ Đề Tâm dậy
hoa quỳnh chợt nở mười phương.

TUỆ SỸ
Đưa sư về thôn Vạn Giã
thác ghềnh lạnh buốt dòng thơ
mở mắt nhìn xuyên cõi tử
rừng khuya u uẩn trăng mờ.

Sư đợi gì mà tóc trắng

tàn canh khắp cõi mù khơi
Sư dịch ba ngàn kinh luận
ngẩng đầu thương nước, lệ rơi.

HOÀI KHANH
Anh tìm gì trong lục bát
khi trời dậy khắp phong ba
dòng thơ bên dòng nước mắt
thế gian không thấy đâu nhà.

Tìm em giữa miền cát bỏng
lạc đà anh cõi về Phi
phải em có mùi cây lá
để anh thức mãi xuân thì.

NGUYỄN ĐỨC SƠN
Một thời nghe lời ẩn mật
trốn học ra ngồi đảo xa
anh thấy mây rừng cô tịch
một ngàn năm em đi qua.

Theo nắng rừng thông chỉ lối
đưa em vào núi sương mù
hú thơ vào mưa, vào gió
gửi về ngàn sau hoang vu.

NGUYÊN GIÁC
Phan Tấn Hải